TIẾNG TÂY-BAN-NHA ĐÀM THOẠI CHO NGƯỜI VIỆT

EL ESPAÑOL CONVERSACIONAL PARA VIETNAMITAS

Tri C. Tran, Ph.D.

LangArts Publishing

LangArts Publishing

Printed in the United of America

Library of Congress Number: 2010904748
ISBN-13: **978-0-615-36343-1**
ISBN-10: **0-615-36343-1**

LỜI NÓI ĐẦU

Cuốn *Tiếng Tây-ban-nha Đàm Thoại Cho Người Việt* là cuốn sách đầu tiên thuộc thể loại này trong cộng đồng người Việt hải ngoại. Đây là cuốn sách được soạn thảo công phu theo tiêu chuẩn soạn sách giáo khoa và những phương pháp dạy ngoại ngữ tân tiến nhất của hệ thống đại học tại Hoa Kỳ, kết hợp cùng kinh nghiệm giảng dạy của soạn giả. Một trong những mục đích chính của việc học một ngoại ngữ là giao tiếp với cộng đồng của ngôn ngữ đó. Chính vì vậy mà cuốn sách này chú trọng vào việc hình thành khả năng đàm thoại của người học.

Khác với những cuốn sách chỉ cung cấp những câu đàm thoại nhằm cho người đọc học thuộc lòng trong những tình huống nhất định mà không hiểu tại sao lại phải nói như thế này chứ không phải thế khác, cuốn sách này còn kèm theo phần chú giải văn phạm. Nhờ phần văn phạm, người học có thể tự mình tạo ra những câu nói mới trong những hoàn cảnh khác nhau chứ không phải chỉ học vẹt những câu có sẵn. Mặt khác, không như vô số những cuốn sách dạy tiếng Tây-ban-nha đã có chỉ nhắm vào người nói tiếng Anh, cuốn sách này hoàn toàn dành riêng cho người Việt. Ngoài việc chú giải bằng tiếng Việt, những điểm văn phạm trong tiếng Tây-ban-nha còn được cân nhắc, so sánh và đối chiếu với văn phạm tiếng Việt nhằm tạo mọi sự dễ dàng cho người học.

Nội dung của cuốn *Tiếng Tây-ban-nha đàm thoại cho người Việt* bao gồm phần ngôn ngữ cũng như phần văn hoá của những nước nói tiếng Tây-ban-nha. Lồng vào những mẩu đối thoại là những nét văn hoá chấm phá nhằm giới thiệu bối cảnh khái quát của những nơi có người sử dụng thứ tiếng này. Về hình thức, phần lớn những bài đọc hoặc bài tập đều ở dạng đàm thoại. Ngay cả những phần không phải là đàm thoại như một bức thư, một mẩu nhắn tin hay một đoạn tường thuật cũng đều chứa đựng các câu có tính chất nói hơn là viết. Phần minh hoạ sống động và đầy màu sắc đi kèm với hầu hết các phần chính để giúp việc học thêm dễ hiểu và hứng thú. Cuốn sách được soạn để người học có thể học với sự giảng dạy hay tự học.

Cuốn sách được chia thành mười chương. Trừ chương đầu chú trọng vào việc giới thiệu chữ viết và cách phát âm tiếng Tây-ban-nha, những chương còn lại xoay quanh các đề tài liên quan trực tiếp đến những sinh hoạt hằng ngày như ăn uống, học hành, làm việc, giải trí, v.v. Mỗi chương này được chia thành những phần sau:

1. **Phần giới thiệu chương:** Phần đầu này bao gồm chủ đề của chương sách, các phần chính trong chương, cùng một câu tục ngữ tiếng Tây-ban-nha và một câu tục ngữ tiếng Việt tương đương.
2. **Phần từ vựng thực dụng:** Phần từ vựng sắp xếp theo từ loại như danh từ, tính từ, động từ, trạng từ, thành ngữ, v.v. sẽ được dùng trong hai bài đối thoại trong mỗi chương. Ngoài phần từ vựng thực dụng này còn có thêm nhiều từ ngữ mở rộng dùng trong phần đối thoại, văn phạm và bài tập thực hành.
3. **Phần đối thoại:** Mỗi chương có hai bài đối thoại với nội dung theo sát chủ đề đã định sẵn. Các câu nói trong phần này được trình bày theo thể văn nói, đơn giản và sát với thực tế. Nhiều từ vựng thực dụng và những điểm văn phạm chính được lồng vào nội dung của các câu nói. Xen với phần tiếng Tây-ban-nha là phần tương đương trong tiếng

Việt để người học dễ dàng theo dõi những điều mới được giới thiệu lần đầu tiên. Những chi tiết về văn hoá khái quát của một số nước nói tiếng Tây-ban-nha được gởi gấm qua những câu đối đáp trong bài.

4. **Phần văn phạm:** Những điểm văn phạm của mỗi bài đối thoại được giải thích tỉ mỉ trong phần này. Những điểm tương đồng giữa văn phạm Tây-ban-nha và văn phạm Việt Nam được nói phớt qua hay lược bỏ, để chỉ chú trọng vào những điểm văn phạm của tiếng Tây-ban-nha mà văn phạm Việt không có. Những điểm văn phạm này được tóm lược qua dạng công thức, kèm theo những ví dụ dễ hiểu chứa đựng những từ vựng thực dụng theo chủ đề của từng chương.
5. **Phần bài tập thực hành:** Các bài tập thực hành phần lớn có minh hoạ kèm theo, giúp ôn lại những điểm văn phạm vừa được trình bày, cũng như việc sử dụng những từ ngữ chủ đề của chương sách. Việc nói những câu trong bài tập trước khi viết xuống luôn luôn được nhắc nhở và khuyến khích hầu giúp người học dần dần nói tiếng Tây-ban-nha ngày thêm lưu loát. Các bài tập đều có câu giải đáp trong phần phụ lục để người học tiện sửa lại những lỗi mắc phải trong khi làm bài.
6. **Phần giải thích câu tục ngữ:** Phần cuối cùng của mỗi chương dành cho câu tục ngữ tiếng Tây-ban-nha giới thiệu ở phần đầu. Mỗi câu tục ngữ được giải thích theo nghĩa đen và nghĩa bóng. Một câu tục ngữ tương đương trong tiếng Việt đi kèm theo, được so sánh và đối chiếu chi tiết, từ hình thức đến nội dung. Phần này là nơi kết hợp ngôn ngữ và văn hoá của hai thứ tiếng.
7. **Phần phụ lục:** Phần này bao gồm bốn mục chính:
   - *Giải đáp các bài tập thực hành*
   - *Danh mục văn phạm*
   - *Từ vựng Tây-ban-nha – Việt*
   - *Từ vựng Việt – Tây-ban-nha*

"Văn ôn, võ luyện". Muốn nói được tiếng Tây-ban-nha, chúng ta cần trau giồi thứ tiếng này hằng ngày. Tập phát âm từ ngữ, tập nói các câu đối thoại, xem kỹ phần giải thích về văn phạm, làm các bài tập thực hành, đối chiếu bài làm với phần giải đáp và sửa những chỗ làm chưa đúng, học các từ ngữ theo chủ đề và những thành ngữ thông dụng. Học hết cuốn sách rồi, thỉnh thoảng cũng nên ôn lại từng phần trong những lúc rảnh rỗi. Ngoài cuốn sách này ra, chúng ta cần mở rộng việc học tập tiếng Tây-ban-nha ra những sinh hoạt khác như nghe radio, xem truyền hình, phim ảnh hay đọc sách báo bằng thứ tiếng này. Khi có dịp tiếp xúc với người nói tiếng Tây-ban-nha, cố gắng trao đổi một ít câu đàm thoại với họ để dần dần quen với cách nói và học thêm ở họ. Việc học ngoại ngữ không thể nào hoàn thành ngày một ngày hai, mà cần thời gian và sự kiên nhẫn. Phương pháp dạy ngoại ngữ Assimil nổi tiếng của Pháp có một lời khuyên mà chúng tôi muốn trích dẫn ra đây để thay lời kết: *La repetición cotidiana es el secreto del éxito.* (Xin tạm dịch là: *Sự lập đi lập lại hằng ngày chính là bí quyết của thành công*).

Tri C. Tran, Ph.D.

ALCANCE Y SECUENCIA
NỘI DUNG HỌC TRÌNH

ALCANCE Y SECUENCIA
NỘI DUNG HỌC TRÌNH

Tema *Chủ đề*	Vocabulario funcional *Từ vựng thực dụng*	Gramática práctica *Văn phạm thực hành*
Capítulo cuatro *Chương bốn* Actividades diarias *Sinh hoạt hằng ngày* **pp. 41 - 54**	**Verbos reflexivos de actividades diarias** *Các động từ tự phản chỉ sinh hoạt hằng ngày* **Expresiones de tiempo** *Thành ngữ về thời gian*	**Decir la hora** *Xem đồng hồ* **Verbos con cambios radicales** *Động từ thay đổi ngữ căn* **Verbos reflexivos** *Động từ tự phản* **Verbos *ir, poner, salir, traer, venir*** *Các động từ* ir, poner, salir, traer, venir
Capítulo cinco *Chương năm* La gastronomía – La comida *Ăn uống –* *Thực phẩm* **pp. 55 -70**	**Nombres de alimentos y la platería** *Danh từ chỉ thực phẩm và vật dụng để ăn uống* **Nombres de lenguas** *Danh từ chỉ ngôn ngữ*	**El presente progresivo – *Ser & Estar*** *Thì hiện tại tiếp diễn – Động từ* ser *và* estar **Verbos *saber* y *conocer – La A personal*** *Động từ* saber *và* conocer *– Chữ* A *chỉ người* **Preposiciones de localización** *Giới từ chỉ vị trí* **Adjetivos demostrativos** *Tính từ chỉ định*
Capítulo seis *Chương sáu* Las compras – La ropa *Mua sắm –* *Y phục* **pp. 71 94**	**Nombres de ropa** *Danh từ chỉ y phục* **Adjetivos de color, tamaño y calidad** *Tính từ chỉ màu sắc, kích thước và phẩm chất*	**Números 101 – 1.000.000** *Số đếm từ 101 đến 1.000.000* **Números ordinales** *Số thứ tự* **Pronombres de complemento directo e indirecto** *Đại danh từ làm túc từ trực tiếp và gián tiếp* **Verbos del tipo *gustar* – Pronombres preposicionales** *Các động từ thuộc loại* gustar *– Đại danh từ dùng sau giới từ* **Comparaciones** *Các dạng so sánh*

ALCANCE Y SECUENCIA
NỘI DUNG HỌC TRÌNH

Tema *Chủ đề*	Vocabulario funcional *Từ vựng thực dụng*	Gramática práctica *Văn phạm thực hành*
Capítulo siete *Chương bảy* Viajar – El tiempo *Du lịch – Thời tiết* **pp. 95 110**	**Días de la semana; meses; estaciones** *Ngày trong tuần; tháng; mùa* **Medios de transporte** *Các phương tiện giao thông* **Fenómenos naturales** *Các hiện tượng thiên nhiên*	**El futuro** *Thì tương lai* **Expresiones indefinidas y negativas** *Các thành ngữ bất định và phủ định* **SE impersonal/pasivo** *Đại danh từ* se *dùng không ngôi và thụ động* **Expresiones de tiempo** *Các thành ngữ chỉ thời tiết*
Capítulo ocho *Chương tám* La casa y la salud *Nhà cửa và sức khoẻ* **pp. 111 - 132**	**La casa – Los quehaceres domésticos** *Nhà cửa – Việc nhà* **Vocablos de la salud** *Từ vựng về sức khoẻ* **El cuerpo humano** *Thân thể người ta*	**El pretérito** *Thì quá khứ hoàn thành* **El imperfecto** *Thì quá khứ bất hoàn* **El presente de subjuntivo y los usos principales** *Thì hiện tại phụ thuộc cách và những cách dùng chính* **El subjuntivo en la cláusula adverbial** *Phụ thuộc cách trong mệnh đề phụ trạng từ*

ALCANCE Y SECUENCIA
NỘI DUNG HỌC TRÌNH

CAPÍTULO UNO - *CHƯƠNG MỘT*

Introducción

Phần giới thiệu

- **El alfabeto español**
  Bảng mẫu tự Tây-ban-nha
- **Las vocales**
  Nguyên âm
- **Las consonantes**
  Phụ âm
- **Los diptongos**
  Nhị trùng âm
- **La acentuación fonética**
  Trọng âm
- **Los acentos escritos**
  Dấu chính tả

Ejercicios de práctica
Bài tập thực hành

☼ **Explicación del proverbio**
Giải thích câu tục ngữ

Proverbio – ***Tục ngữ***

Las buenas palabras, nada cuestan.

Lời nói không mất tiền mua.

EL ALFABETO ESPAÑOL
BẢNG MẪU TỰ TÂY-BAN-NHA

Tiếng Tây-ban-nha có 27 chữ cái với cách đọc tương đương trong tiếng Việt như sau:

A	B	C	D	E	F	G	H	I	J	K	L
[a]	[bê]	[xê]	[đê]	[ê]	[**e**-phê]	[khê]	[**a**-chê]	[i]	[**khô**-ta]	[ca]	[**e**-lê]

M	N	Ñ	O	P	Q	R	S	T	U
[**e**-mê]	[**e**-nê]	[**e**-nhê]	[ô]	[pê]	[cu]	[**e**-rê]	[**e**-xê]	[tê]	[u]

V	X	Y	Z
[bê]	[**e**-kis]	[i-gri-**ê**-ga]	[**xê**-ta]

Chú thích:

- Chữ **B** và chữ **V** đọc giống nhau. Để phân biệt, người ta nói ***b grande*** (*chữ **bê** lớn*) và ***v chica*** (*chữ **bê** nhỏ*).
- Chữ **D** Tây-ban-nha đọc nhẹ hơn **Đ** của tiếng Việt, để lưỡi chạm vào phía sau của răng trên.
- Khi đọc tên những chữ cái có hai vần trở lên, *nhấn nhẹ vào vần in đậm.*

LAS VOCALES
NGUYÊN ÂM

Tiếng Tây-ban-nha có năm nguyên âm là **a, e, i, o, u**, viết sao đọc vậy, ngoại trừ chữ ***y*** đọc như **i** nếu viết riêng rẽ, có nghĩa là *và*. Nên nhớ **e** tương đương với **ê** trong tiếng Việt, và **o** tương đương với **ô** trong tiếng Việt.

Tập đọc những chữ sau đây với các nguyên âm (nhấn nhẹ vào phần in đậm):

1. Nguyên âm **a:** **ca**sa (*nhà*); **ca**ma (*giường*); pa**ta**ta (*khoai tây*); **la**ta (*cái lon*)
2. Nguyên âm **e**: ¡**ve**te! (*đi đi!*); **de**me **és**te (*cho tôi cái này đi*); **me**ses (*các tháng*)
3. Nguyên âm **i**: **y** (*và*); **ki**wi (*trái kiwi*); **bi**ci (*xe đạp*)
4. Nguyên âm **o**: **co**mo (*như*); **po**co (*ít*); **fo**to (*bức hình*)
5. Nguyên âm **u**: **su** (*của anh, của nó*); **tú** (*anh, mày*), cu**cú** (*chim cu-cu*)

LAS CONSONANTES
PHỤ ÂM

So với nguyên âm, phụ âm trong tiếng Tây-ban-nha tương đối phức tạp hơn vì hai lý do sau:

1. Một số chữ cái tương đương với hai phụ âm, tuỳ theo vị trí hay phụ âm khác đứng gần.
2. Một số chữ cái kết hợp với nhau, tương đương với một phụ âm nhất định.

Trong phần này, các phụ âm sẽ được lần lượt giới thiệu theo thứ tự của các chữ cái trong bảng mẫu tự và sự kết hợp của một số chữ cái với chữ cái khác.

1. Chữ **b** và chữ **v** luôn luôn đọc giống nhau, tương tự như âm **[b]** trong tiếng Việt nhưng nhẹ hơn, trong hai trường hợp sau:
   a. Khi đứng đầu một câu nói: **b**oca (*miệng*), **v**ino (*rượu vang*), **b**eso (*nụ hôn*), **v**aca (*con bò cái*).
   b. Khi đứng sau **m** hay **n**: ta**mb**ién (*cũng*), e**n** **B**erlín (*ở Bá-linh*), e**n** **V**ietnam (*ở Việt Nam*), i**nv**itar (*mời*).

   Ngoài ra, trong tất cả những trường hợp khác, chữ **b** và chữ **v** đọc thật nhẹ, nghe tương tự như âm **[v]** nhưng hai môi không chạm nhau: una **v**aca (*một con bò cái*), una **b**arca (*một chiếc thuyền*), dos **v**otos (*hai lá phiếu*), el **b**eso (*cái hôn*).
2. Cùng có chung âm **[k]** là các chữ **c** (đứng trước **a, o, u**), **qu** và **k**: **c**asa (*nhà*), **c**osa (*đồ vật*), **c**uchara (*muỗng*), **qu**é (*cái gì*), **k**ilo (*kí-lô*).

   Khi chữ **c** đứng trước **e** hay **i** thì được phát âm như chữ **x** trong tiếng Việt: **ci**nco (*số năm*), **ce**na (*bữa ăn tối*), **ce**rca (*gần*).
3. Khi **c** kết hợp với **h** thành **ch** thì có cách phát âm như **ch** trong tiếng Việt (nhưng giống giọng Bắc hơn là giọng Nam): **ch**iste (*chuyện đùa*), an**ch**o (*rộng*), **ch**ico (*bé trai*).
4. Chữ **d** có hai cách đọc, tuỳ theo vị trí trong câu như sau:
   a. Đọc như chữ **đ** trong tiếng Việt nhưng nhẹ hơn, lưỡi chạm vào phía sau của răng trên, khi đứng đầu câu hoặc sau các chữ **n, l**: **d**os, u**n** **d**ato (*một dữ kiện*), e**l** **d**orso (*phía sau*).
   b. Trong những trường hợp còn lại, chữ **d** đọc như âm của hai chữ ***th*** trong tiếng Anh như ***this, that, they***, lưỡi để giữa hai hàm răng: co**d**o (*khuỷu tay*), los **d**e**d**os (*những ngón tay*), una **d**ama (*một thiếu phụ*).
5. Chữ **f** đọc như **ph** trong tiếng Việt: **f**e (*lòng tin*), **f**ísica (*vật lý*), so**f**á (*xô-fa*).
6. Chữ **g** có ba cách phát âm khác nhau:
   a. Khi đứng trước **e** hay **i**, đọc như **kh** trong tiếng Việt: **ge**nte (*người, người ta*), **gi**ra (*vòng, tua*), **gé**nero (*giống, loại*).
   b. Khi đứng trước **a, o, u** và đứng đầu câu hay sau **n**, đọc mạnh như âm **[g]** trong tiếng Anh: **g**ato (*mèo*), u**n** **g**ato (*một con mèo*), e**n** **G**uatemala (*ở Guatemala*).
   c. Khi đứng trước **a, o, u** trong những trường hợp khác, đọc nhẹ như âm **[g]** trong tiếng Việt: una **g**ata (*một con mèo cái*), la **g**ota (*một giọt*), mucho **g**usto (*rất hân hạnh*).

Chú ý: Trong các chữ ***gu**itarra* (*tây ban cầm*), ***gu**erra* (*chiến tranh*), chữ **u** không đọc nên vần đầu của chữ *guitarra* giống như **ghi** trong tiếng Việt và vần đầu của chữ *guerra* giống như **ghê** trong tiếng Việt.

Trong cùng một vần như hai chữ trên, khi chữ **u** đọc thành âm [**w**] như trong tiếng Anh, chữ **u** sẽ viết có hai chấm phía trên (gọi là *diéresis*) thành **ü**: verg**üe**nza (*sự xấu hổ*), ling**üí**stica (*ngôn ngữ học*).

7. Chữ **h** không bao giờ phát âm (như trong tiếng Pháp): ¡**h**ola! (*chào*), **h**ermano (*anh, em*), **h**elado (*kem*).
8. Chữ **j** và chữ **x** cùng có âm như **kh** trong tiếng Việt: **j**abón (*xà-phòng*), ca**j**a (*hộp*), Mé**x**ico (*Mễ-tây-cơ*). Ngoài ra, chữ **x** còn có âm [**ks**] như trong các từ ngữ e**x**cepto (*ngoại trừ*), e**x**cluir (*loại bỏ*).
9. Các chữ **l, m, n, p** đọc giống như trong tiếng Việt: **l**ago (*hồ nước*), **m**ano (*bàn tay*), **n**unca (*không bao giờ*), **p**adre (*cha*).
10. Chữ **ll** đọc như chữ **d** trong giọng miền Nam của tiếng Việt (hay chữ **y** trong tiếng Anh): **ll**ano (*bằng phẳng*), meji**ll**a (*cái má*).
11. Chữ **ñ** đọc như **nh** trong tiếng Việt: ma**ñ**ana (*ngày mai*), ni**ñ**o (*bé trai*), da**ñ**o (*sự hư hại*).
12. Chữ **r** có hai cách đọc:
    a. Khi đứng giữa hai nguyên âm, đọc như [**r**] trong tiếng Việt: ca**r**a (*gương mặt*), ca**r**o (*đắt tiền*), co**r**ona (*vương miện*)
    b. Ngoài ra, ở đầu một chữ hay bất cứ vị trí nào khác, chữ **r** đọc rung mạnh: **r**osa (*hoa hồng*), ma**r** (*biển*), el **r**ey (*vua*), co**r**to (*ngắn*).
13. Chữ **rr** luôn luôn đọc rung mạnh: ca**rr**o (*xe hơi*), pe**rr**o (*con chó*), amari**ll**o (*màu vàng*).
14. Chữ **s** và chữ **z** đọc như chữ **x** của tiếng Việt: **s**onido (*âm thanh*), **s**ano (*khoẻ mạnh*), **z**orro (*con chồn*), **z**apato (*chiếc giày*).
15. Chữ **t** đọc giống như trong tiếng Việt: **t**odo (*tất cả*), **t**echo (*mái nhà*), pa**t**a**t**a (*khoai tây*).
16. Chữ **y** đọc thành bán nguyên âm khi đứng trước hay sau một nguyên âm khác và nghe gần như âm của chữ **d** theo giọng miền Nam của tiếng Việt: **y**erno (*con rể*), **y**a (*rồi*), ho**y** (*hôm nay*), ha**y** (*có*).

LOS DIPTONGOS
NHỊ TRÙNG ÂM

Nhị trùng âm là một vần kết hợp giữa một nguyên âm và một bán nguyên âm. Năm nguyên âm trong tiếng Tây-ban-nha được chia thành ba *nguyên âm mạnh* là **a, e, o** và hai *nguyên âm yếu* là **i (y)** và **u.** Theo quy luật chung, khi một nguyên âm mạnh đi với một nguyên âm yếu thì nguyên âm mạnh vẫn giữ nguyên là nguyên âm, còn nguyên âm yếu sẽ trở thành *bán nguyên âm* trong 14 nhị trùng âm dưới đây:

A. Nguyên âm mạnh + Nguyên âm yếu = Nguyên âm + Bán nguyên âm

1. **ai, ay** – đọc như **ai** trong các chữ **hai, tai** của tiếng Việt: c**ai**mán (*cá sấu*), h**ay** (*có*), arc**ai**co (*cũ, xưa*), n**ai**pe (*lá bài*).
2. **au** – đọc như **ao** trong các chữ **cao, lao** của tiếng Việt: fl**au**ta (*ống sáo*), c**au**sa (*nguyên nhân*), p**au**sa (*sự ngưng lại*).
3. **ei, ey** – đọc như **ây** trong các chữ **mây, xây** của tiếng Việt: s**ei**s (*số sáu*), l**ey** (*luật*), r**ey** (*vua*), af**ei**tar (*cạo râu*).
4. **eu** – đọc như **êu** trong các chữ **kêu, nêu** của tiếng Việt: **Eu**ropa (*châu Âu*), d**eu**da (*nợ nần*), n**eu**tro (*trung tính*).
5. **oi, oy** – đọc như **ôi** trong các chữ **tôi, sôi** của tiếng Việt: **oi**go (*tôi nghe*), h**oy** (*hôm nay*), s**oy** (*tôi là*).
6. **ou** – đọc như **âu** trong các chữ **câu, lâu** của tiếng Việt: b**ou** (*lưới câu*).

B. Nguyên âm yếu + Nguyên âm mạnh = Bán nguyên âm + Nguyên âm

7. **ia, ya** – đọc lướt qua âm [**i**] và nhấn mạnh vào âm [**a**]: famil**ia** (*gia đình*), anc**ia**no (*già*), **ya**rda (*thước Anh*), **ya** (*rồi*).
8. **ie, ye** – đọc lướt qua âm [**i**] và nhấn mạnh vào âm [**e**]: p**ie**rna (*cẳng chân*), a**ye**r (*hôm qua*), f**ie**l (*chung thuỷ*), **ye**rba (*cỏ*).
9. **io, yo** - đọc lướt qua âm [**i**] và nhấn mạnh vào âm [**o**]: pat**io** (*sân*), **yo** (*tôi*), millonar**io** (*triệu phú*), ma**yo** (*tháng năm*).
10. **ua** – đọc như **oa** hay **ua** trong các chữ **hoa, qua** của tiếng Việt: c**ua**derno (*tập vở*), ag**ua** (*nước lã*), s**ua**ve (*dịu dàng*).
11. **ue** – đọc như **uê** trong các chữ **huê, quê** của tiếng Việt: h**ue**vo (*trứng*), n**ue**vo (*mới*), c**ue**rno (*sừng*).
12. **uo** – đọc như **uô** trong các chữ **luôn, buôn** của tiếng Việt: mut**uo** (*hỗ tương*), c**uo**ta (*phần đóng góp*).

C. Nguyên âm yếu + Nguyên âm yếu = Bán nguyên âm + Nguyên âm

Khi hai nguyên âm yếu kết hợp với nhau, nguyên âm yếu thứ nhất trở thành bán nguyên âm và nguyên âm yếu thứ nhì là nguyên âm chính.

13. **iu, yu** – đọc lướt qua âm [**i**]và nhấn mạnh vào âm [**u**]: c**iu**dad (*thành phố*), **yu**go (*đòn gánh*), v**iu**da (*goá phụ*).
14. **ui, uy** – đọc như **ui, uy** trong các chữ **qui, huy** của tiếng Việt: c**ui**dado (*sự cẩn thận*), m**uy** (*rất, lắm*), b**ui**tre (*diều hâu*).

LA ACENTUACIÓN FONÉTICA
TRỌNG ÂM

Hầu hết các từ ngữ trong tiếng Tây-ban-nha đều mang trọng âm, nghĩa là được nhấn mạnh trong khi nói. Những chữ từ hai vần trở lên càng cho thấy rõ sự tương phản giữa vần mang trọng âm và vần không mang trọng âm. *Vần mang trọng âm được nhấn mạnh và kéo dài* hơn vần không mang trọng âm. Từ ngữ một vần có trọng âm ngay vần đó, còn những từ ngữ hai vần trở lên có trọng âm rơi vào bốn vị trí như sau:

1. Chữ mang trọng âm ở *vần cuối cùng*: re**loj** (*đồng hồ*), jar**dín** (*vườn*), nata**ción** (*sự bơi lội*), posibili**dad** (*khả năng*).
2. Chữ mang trọng âm ở *vần áp chót*: **li**bro (*cuốn sách*), ma**ña**na (*ngày mai*), peli**gro**so (*nguy hiểm*).
3. Chữ mang trọng âm ở *vần trước vần áp chót*: sim**pá**tico (*đáng mến*), mi**ér**coles (*ngày thứ tư*), **sí**laba (*vần*).
4. Chữ mang trọng âm ở *vần trước của vần trước vần áp chót*: ¡**Cóm**pramelo! (*mua cho tôi cái đó đi!*), ¡**Dí**gaselo! (*Nói cho họ nghe chuyện đó đi!*)

Khi phát âm tiếng Tây-ban-nha, nên nhớ đọc rõ từng vần của từ ngữ và đặc biệt là nhấn mạnh vào vần có trọng âm. Nhưng làm sao biết trọng âm của một chữ nằm chỗ nào? Người nói tiếng Tây-ban-nha là tiếng mẹ đẻ tự nhiên đã biết trọng âm của một chữ nằm chỗ nào, cũng giống như người Việt biết chữ có dấu sắc có nghĩa là gì, chữ có dấu huyền có nghĩa là gì. Người ngoại quốc học tiếng Tây-ban-nha phải học các luật về trọng âm. Các bạn hẳn có để ý một số chữ có mang dấu sắc như trong tiếng Việt (tuy tác dụng có khác). Để bắt đầu, chúng ta xét đến những chữ không mang dấu sắc trước. Đối với những chữ không mang dấu sắc, luật về trọng âm như sau:

1. Những chữ nào chấm dứt bằng các chữ cái **a, e, i, o, u, n** và **s** thì *có trọng âm ở vần áp chót*: **ca**sa (*nhà*), **pa**dre (*cha*), **cur**si (*giả tạo*), za**pa**to (*giày*), **co**men (*họ ăn*), **o**jos (*đôi mắt*).
2. Những chữ nào chấm dứt bằng các chữ cái khác ngoài bảy chữ cái trên thì *có trọng âm ở vần chót*: efi**caz** (*có hiệu quả*), traba**jar** (*làm việc*), internacio**nal** (*quốc tế*), Para**guay** (*nước Paraguay*), ciu**dad** (*thành phố*), re**loj** (*đồng hồ*).

Những từ ngữ nào không theo hai luật trên (nghĩa là ngoại lệ) thì phải *mang dấu sắc trên vần có trọng âm ngoại lệ đó*. Như vậy, khi gặp những chữ có dấu sắc ở trên một vần nào đó, chúng ta chỉ việc nhấn trọng âm ở ngay vần đó: **sá**bado (*ngày thứ bảy*), ca**rác**ter (*đặc tính*), pe**lí**cula (*cuốn phim*), lec**ción** (*bài học*), **lá**piz (*viết chì*).

LOS ACENTOS ESCRITOS
DẤU CHÍNH TẢ

Đến đây, chúng ta hẳn có thể nhận ra rằng dấu sắc trong tiếng Tây-ban-nha không dùng để biểu hiện thanh như trong tiếng Việt, mà là để biểu hiện trọng âm trong từ ngữ. Tuy chỉ có một dấu thôi, cách dùng dấu này khá phức tạp ngay cả đối với người nói tiếng Tây-ban-nha là tiếng mẹ đẻ. Dưới đây là những cách dùng chính của dấu sắc này:

1. Dấu sắc dùng trên những vần mang trọng âm của những từ ngữ nào không theo luật (1) và (2) nêu trên, như trong phần chót của phần trọng âm đã giải thích và cho ví dụ.
2. Dấu sắc dùng trên hai nguyên âm yếu **i** và **u** khi hai nguyên âm này tách ra thành một vần riêng biệt đối với nguyên âm trước hay sau chúng (nghĩa là không hợp thành nhị trùng âm với một nguyên âm mạnh): t**í**o (*chú, cậu*), o**í**do (*thính giác*), a**ú**n (*vẫn*), re**í**r (*cười*), b**ú**ho (*chim cú*).
3. Dấu sắc dùng để phân biệt những từ ngữ đơn âm giống nhau nhưng khác nghĩa. Chữ nào có trọng âm thì mang dấu sắc, chữ nào thường đọc không nhấn mạnh thì không mang dấu sắc: **si** (*nếu*) ~ **sí** (*vâng*); **tu** (*của anh*) ~ **tú** (*anh*); **de** (*của, từ*) ~ **dé** (*cho*); **mi** (*của tôi*) ~ **mí** (*tôi*), v.v.
4. Các *nghi vấn từ* và *tán thán từ* luôn luôn mang dấu sắc trên vần có trọng âm: ¿**Qué** es esto? (*Cái này là cái gì?*), ¡**Qué** bonito! (*Dễ thương quá!*), ¿**Dónde** está Juan? (*Juan ở đâu?*), ¡**Cuánto** te admiro! (*Tôi phục cô làm sao!*)

¡Cuánto te admiro!

EJERCICIOS DE PRÁCTICA
BÀI TẬP THỰC HÀNH

I. ¿Cómo se escribe su nombre?/*Tên của anh/chị viết thế nào?* Làm bài tập này với một người bạn khác. Bạn lần lượt hỏi người ấy tên, họ và chữ lót của họ viết như thế nào. Bạn của bạn sẽ trả lời và dùng tên các chữ cái Tây-ban-nha theo mẫu dưới đây. Thay phiên nhau hỏi và trả lời để thực hành dùng câu hỏi và câu trả lời cho quen.

Modelo/*Bài mẫu*

A: ¿Cómo se escribe su nombre? (*Tên của chị viết thế nào?*)
B: Mi nombre se escribe **H, O, A,** Hoa. (*Tên tôi viết là **H, O, A**, Hoa*)
A: ¿Cómo se escribe su apellido? (*Họ của chị viết thế nào?*)
B: Mi apellido se escribe **N, G, U, Y, E, N,** Nguyen. (*Họ của tôi viết là **N, G, U, Y, E, N,** Nguyen*)
A: ¿Cómo se escribe su segundo nombre? (*Chữ lót của chị viết thế nào?*)
B: Mi segundo nombre se escribe **T, H, I**, Thi. (*Chữ lót của tôi viết là **T, H, I,** Thi*).

II. Práctica de pronunciación/*Tập phát âm.* Tập phát âm những từ ngữ sau, chú ý vào những nhị trùng âm. Những chữ từ hai vần trở lên được tách ra thành từng vần để dễ đọc. Vần mang trọng âm được in đậm.

1. bi-blio-**te**-ca (*thư viện*), di-**fí**-cil (*khó khăn*), **mar**-tes (*ngày thứ ba*), vo-**lu**-men (*quyển, tập*), **á**-re-a (*vùng*), con-ti-**nú**-o (*tôi tiếp tục*), o-**a**-sis (*ốc đảo*).
2. **jo**-ven (*trẻ*), ge-ne-**ral** (*tổng quát*), ha-**blar** (*nói*), **du**-da (*sự nghi ngờ*), **ca**-ma (*cái giường*), **cin**-co (*số năm*), **ca**-rro (*xe hơi*).
3. ex-**tra**-ño (*xa lạ*), to-**a**-lla (*khăn lau*), lla-**mar** (*gọi*), **pú**-bli-co (*công cộng*), **quién** (*ai*), **que**-so (*phô-ma*), **ra**-ro (*hiếm có*), se-**ñal** (*dấu hiệu*), te-**a**-tro (*rạp hát*), **yo** (*tôi*), ca-**zar** (*săn bắn*), cal-**za**-do (*giày dép*).
4. ga-**lán** (*người hùng*), **ges**-to (*điệu bộ*), gi-ra-**sol** (*hoa hướng dương*), **go**-ma (*cục gôm*), a-**gu**-do (*sắc, bén*).

5. ar-**cai**-co (*cổ, xưa*), au-**sen**-te (*vắng mặt*), **pei**-ne (*cái lược*), **ley** (*luật lệ*), eu-ro-**pe**-o (*thuộc châu Âu*), neu-tra-li-**zar** (*vô hiệu hóa*), cora**zón** (*trái tim*).
6. **pa**-tria (*tổ quốc*); in-**vier**-no (*mùa đông*); pa-**sión** (*sự say mê*); yo-**gurt** (*sữa chua*); **triun**-fo (*thắng lợi*).
7. **cuar**-to (*căn phòng*), **hue**-so (*xương*), a-e-ro-**puer**-to (*phi trường*), **huir** (*chạy trốn*), con-**ti**-nuo (*liên tục*), an**ti**guo (*cũ*).

III. Práctica de silabación y de enlace en el discurso/*Tập tách vần và nối vần trong câu nói.*
Trong phần trên, chúng ta đã tập phát âm từng chữ một. Khi nói tiếng Tây-ban-nha thành lời, đơn vị của lời nói không phải là từng chữ một mà là *từng vần một*. Để nói cho đúng, phải biết cách tách chữ ra thành từng vần. Cách tách vần tổng quát trong tiếng Tây-ban-nha có khuynh hướng *làm cho mỗi vần được chấm dứt bằng một nguyên âm*. Nếu vần đó có phụ âm ở cuối thì ta "đẩy" phụ âm đó qua vần kế tiếp, trừ trường hợp phụ âm đó không thể kết hợp với một phụ âm đầu của vần kế tiếp.

Ví dụ, câu *los osos están abajo* (*Các con gấu ở phía dưới*) sẽ tách thành các vần như sau [lo-**so**-so-ses-**tá**-na-**ba**-jo].

Quan sát cách tách vần và nối âm trong những câu dưới đây. Đọc từng câu cho đúng với cách tách vần và giữ trọng âm rõ ràng (ở các vần in đậm).

1. Los estudiantes entran en el aula. (*Các sinh viên bước vào lớp*)
   => [lo-ses-tu-**dian**-te-**sen**-tra-ne-ne-**lau**-la]
2. Mis amigos ayudan a unos hombres argentinos. (*Các bạn tôi đang giúp đỡ những người đàn ông Á-căn-đình*)
   => [mi-sa-**mi**-go-sa-**yu**-da-na-**u**-no-**som**-bre-sar-gen-**ti**-nos]
3. ¿Quiénes entienden estos anuncios importantes? (*Những người nào hiểu các thông báo quan trọng này?*)
   => [**quié**-ne-sen-**tien**-de-**nes**-to-sa-**nun**-cio-sim-por-**tan**-tes]
4. Hay unas hojas amarillas en el escritorio. (*Có vài tờ giấy vàng trên bàn*)
   => [**a**-**yu**-na-**so**-ja-sa-ma-**ri**-lla-se-ne-les-cri-**to**-rio]
5. Los niños encuentran unos objetos útiles aquí. (*Lũ trẻ tìm được vài vật dụng có ích ở đây*)
   => [lo-**ni**-ño-sen-**cuen**-tra-**nu**-no-sob-**je**-to-**su**-ti-le-sa-**quí**]

Los estudiantes entran en el aula.

IV. Práctica de hablar/*Tập nói.* Tập đọc mẫu đối thoại dưới đây và để ý đến trọng âm trong từng chữ.

A: Per**dón**, seño**ri**ta. ¿**Có**mo se **lla**ma us**ted**?
Xin lỗi cô. Cô tên là gì?
B: Yo me **lla**mo Lan. **Y** ¿**có**mo se **lla**ma ust**ed**, se**ño**ra?
Tôi tên là Lan. Còn bà tên là gì ạ?
A: Yo me **lla**mo Mar**í**a. ¿**Có**mo se es**cri**be su **nom**bre?
Tôi tên là María. Tên của cô viết thế nào?
B: Mi **nom**bre se es**cri**be **L, A, N.** Y su **nom**bre se es**cri**be **M, A, R, I, A**, ¿ver**dad**?
*Tên tôi viết là **L, A, N**. Còn tên bà viết là **M, A, R, I, A**, phải không ạ?*
A: Sí, **pe**ro **I** con a**cen**to.
*Phải, nhưng **I** với dấu sắc.*

Tập nói lại mẫu đối thoại trên với một người khác. Nếu người đó là đàn ông thì dùng chữ ***señor*** thay cho ***señora*** hay ***señorita***. Tiếng Tây-ban-nha phân biệt giữa cách xưng hô trang trọng và cách xưng hô thân mật. Chữ ***usted*** tương đương với *ông, bà, cô, anh, chị* và chữ ***tú*** tương đương với *bạn, em, con, cháu, mày* trong tiếng Việt. ***Su*** trong bài trên có nghĩa là *của ông, của bà*, và tương đương với chữ này, ***tu*** (không có dấu sắc) có nghĩa là *của bạn, của mày*.

Để hỏi tên một người theo cách thân mật, ta nói: *¿Cómo te llamas tú?*

Động từ dùng để xưng tên họ là ***llamarse***, là một động từ tự phản (có nghĩa đen là *tự gọi mình*). Cách chia động từ này như sau:

Yo me llamo (*tôi tên là*)	Nosotros nos llamamos (*chúng tôi tên là*)
Tú te llamas (*bạn tên là*)	....
Usted se llama (*anh tên là*)	Ustedes se llaman (*các anh tên là*)

Él se llama (*anh ấy tên là*) Ellos se llaman (*các anh ấy tên là*)
Ella se llama (*cô ấy tên là*) Ellas se llaman (*các cô ấy tên là*)

Các bạn để ý thấy phần tương đương số nhiều của ***tú*** bỏ trống. Đó là vì cách dùng này chỉ thông dụng ở Tây-ban-nha (*vosotros os llamáis*), trong khi cả vùng châu Mỹ La-tinh hoàn toàn không dùng hình thức này. Vì vậy, trong cuốn sách này, chúng tôi không kể đến cách xưng hô chỉ thông dụng ở Tây-ban-nha mà không bao giờ được dùng đến ở gần 20 nước nói tiếng Tây-ban-nha còn lại trên thế giới.

V. ¿Cómo se dice todo esto en español?/*Nói những điều này bằng tiếng Tây-ban-nha như thế nào?* Dựa vào bài mẫu và những chú giải ở phần trên, tập đàm thoại bằng tiếng Tây-ban-nha theo phần gợi ý dưới đây. Sau khi nói xong, viết cả bài xuống giấy để quen với chính tả.

A: Tôi tên là Huy. Còn bạn tên là gì?

____

B: Tôi tên là José. Cô ấy tên là gì?

____

A: Cô ấy tên là Hoa. Tên bạn viết là J, O, S, E, phải không?

____

B: Phải, nhưng E với dấu sắc. Còn tên bạn viết như thế nào?

____

A: Tên tôi viết là H, U, Y.

____

EXPLICACIÓN DEL PROVERBIO
GIẢI THÍCH CÂU TỤC NGỮ

- **Las buenas palabras, nada cuestan.**
  las: (*Mạo từ chỉ định*)
  buenas: tốt đẹp
  palabras: từ ngữ, lời nói
  nada: không gì cả
  cuestan: tốn kém, đáng giá

Thứ tự của từ ngữ trong một câu tiếng Tây-ban-nha rất khác biệt so với tiếng Việt. Hơn nữa, thứ tự này có thể đảo lộn một cách uyển chuyển, linh động tuỳ theo ý nhấn mạnh trong câu nói. Dịch sát nghĩa câu tục ngữ này ra tiếng Việt là *Những lời nói tốt đẹp không tốn kém gì cả.* Tục ngữ tiếng Việt cũng có câu tương đương *Lời nói không mất tiền mua.* Hai câu tục ngữ này gần như cùng một ý, ngoại trừ trong tiếng Tây-ban-nha người ta còn dùng thêm tính từ *buenas* để thêm nghĩa cho "lời nói".

CAPÍTULO DOS - *CHƯƠNG HAI*

Saludos

Chào hỏi

Vocabulario funcional
Từ vựng thực dụng

- Nghề nghiệp
- Tính từ chỉ quốc tịch

Conversaciones
Đàm thoại

- Chào hỏi và tạm biệt
- Quốc tịch và nghề nghiệp

Explicaciones de gramática
Chú thích văn phạm

- Động từ *ser, estar, hacer*
- Đại danh từ nhân xưng
- Giống và số của danh từ và tính từ

Ejercicios de práctica
Bài tập thực hành

Explicación del proverbio
Giải thích câu tục ngữ

Proverbio – *Tục ngữ*

Oficio quita vicio.

Nhàn cư vi bất thiện.

VOCABULARIO FUNCIONAL

TỪ VỰNG THỰC DỤNG

SUSTANTIVOS – *DANH TỪ*

el/la abogado, -a *m/f*	luật sư
el/la artista *m/f*	nghệ sĩ
el/la camarero, -a *m/f*	người hầu bàn
el/la chófer *m/f*	tài xế
el/la doctor, -a *m/f*	bác sĩ
el/la ingeniero, -a *m/f*	kỹ sư
la madre *f*	mẹ
la nacionalidad *f*	quốc tịch
el padre *m*	cha
el país *m*	quốc gia
el/la profesor, -a *m/f*	giáo sư
el/la secretario, -a *m/f*	thư ký
el/la vendedor, -a *m/f*	người bán hàng

ADJETIVOS – *TÍNH TỪ*

argentino, -a	Á-căn-đình
boliviano, -a	Bô-li-vi-a
brasileño, -a	Ba-tây
canadiense	Gia-nã-đại
chino, -a	Hoa
coreano, -a	Đại Hàn
costarricense	Costa Rica
cubano, -a	Cu-ba
español, -a	Tây-ban-nha
estadounidense	Mỹ
francés, -a	Pháp
japonés, -a	Nhật
mexicano, -a	Mễ
nicaragüense	Ni-ca-ra-gua
panameño, -a	Pa-na-ma
venezolano, -a	Venezuela
vietnamita	Việt Nam

VERBOS – *ĐỘNG TỪ*

estar *vi*	ở, cảm thấy, có vẻ, bị
hacer *vt*	làm, làm nghề
ser *vi*	là

ADVERBIOS – *TRẠNG TỪ*

bien	tốt, khoẻ
mal	xấu, không khoẻ
regular	bình thường
cómo	như thế nào
muy	rất, lắm
también	cũng vậy

EXPRESIONES – *THÀNH NGỮ*

adiós	chào tạm biệt
buenos días	chào (*buổi sáng*)
buenas noches	chào (*buổi tối*)
buenas tardes	chào (*buổi chiều*)
¿Cómo estás?	Bạn mạnh giỏi không?
¿Cómo te llamas?	Bạn tên gì?
¿De qué país eres?	Bạn người nước nào?
Estoy muy bien	Tôi khoẻ lắm
gracias	cám ơn
hola	chào (*thân mật*)
¿Qué es esto?	Cái này là cái gì?
Soy de Vietnam	Tôi là người Việt Nam
¿Verdad?	Phải không?
¿Y tú?	Còn bạn thì sao?

PRONOMBRES DE SUJETO
ĐẠI DANH TỪ CHỦ TỪ

yo	tôi
tú	bạn, em, con, cháu, mày
usted	ông, bà, anh, chị
él	anh ấy, nó
ella	cô ấy, nó
nosotros, -as	chúng tôi, chúng ta
ustedes	các anh, các chị, ông bà
ellos, -as	họ, chúng nó

CONVERSACIÓN 1
ĐÀM THOẠI 1

SALUDOS Y DESPEDIDAS
CHÀO HỎI VÀ TẠM BIỆT

Señorita Valdés	¡Buenos días! ¿Cómo te llamas? *Chào em! Em tên là gì?*
Pedro	¡Buenos días, señorita Valdés! Me llamo Pedro. *Chào cô Valdés! Em tên là Pedro.*
Señorita Valdés	¿Cómo estás? *Em có khoẻ không?*
Pedro	Estoy muy bien. Y usted, ¿cómo está? *Em khoẻ lắm. Còn cô, cô thế nào ạ?*
Señorita Valdés	Yo bien también. Gracias. *Cô cũng khoẻ. Cám ơn em*
Pedro	¡Adiós, señorita Valdés! *Chào cô Valdés nhé!*
Señorita Valdés	¡Adiós, Pedro!

EXPLICACIONES DE GRAMÁTICA

CHÚ THÍCH VĂN PHẠM

1. Trong phần lớn các trường hợp, người nói không dùng đại danh từ nhân xưng chủ từ (*pronombre de sujeto*) trong câu nói vì ngữ cảnh đã rõ ràng, lại thêm động từ chia theo ngôi cũng giúp cho ta biết chủ từ là ai. Đại danh từ nhân xưng chủ từ chỉ được dùng để *khỏi hiểu lầm* hay để *nhấn mạnh.*
2. Câu hỏi và câu tán thán trong tiếng Tây-ban-nha có dấu chấm hỏi hay dấu chấm than ngược ở đầu câu, ngoài dấu chấm hỏi và dấu chấm than bình thường ở cuối câu như trong tiếng Việt.
3. Ngoài các chữ đã học như ***señor, señora***, ta dùng chữ ***señorita*** để chỉ một phụ nữ chưa có chồng.
4. Cô Valdés nói *"Yo bien también"* không có động từ vì cô lặp lại mẫu câu tương tự của Pedro *"Estoy muy bien"*.
5. Một trong những nhiệm vụ của động từ ***estar*** là để chỉ một *tình trạng về thể chất hay tinh thần*. Động từ này được chia ở thì hiện tại (*tiempo presente*) như sau:

	Singular – *Số ít*	Plural – *Số nhiều*
Primera persona - *Ngôi thứ nhất*	Yo **estoy**	Nosotros, -as **estamos**
Segunda persona - *Ngôi thứ hai*	Tú **estás**	
Tercera persona - *Ngôi thứ ba*	Él, ella, usted **está**	Ellos, ellas, ustedes **están**

CONVERSACIÓN 2
ĐÀM THOẠI 2

NACIONALIDAD Y PROFESIÓN
QUỐC TỊCH VÀ NGHỀ NGHIỆP

Víctor Rosa, ¿de qué país eres tú?
Rosa, bạn là người nước nào vậy?

Rosa Soy de Perú. Y tú, ¿cuál es tu nacionalidad?
Tôi ở Pê-ru. Còn bạn? Quốc tịch của bạn là gì?

Víctor Soy cubano. Eres estudiante, ¿verdad?
Tôi là người Cu-ba. Bạn là sinh viên à?

Rosa No. Soy ingeniera. ¿Qué hacen tus padres?
Không. Tôi là kỹ sư. Ba mẹ của bạn làm gì?

Víctor Mi padre es profesor de español y mi madre es artista.
Ba tôi là giáo sư tiếng Tây-ban-nha còn mẹ tôi là nghệ sĩ.

EXPLICACIONES DE GRAMÁTICA

CHÚ THÍCH VĂN PHẠM

1. Động từ ***ser*** thường được dùng để chỉ *nghề nghiệp* hay *quê quán*, ngoài những cách dùng khác. Động từ này được chia ở thì hiện tại như sau:

Yo **soy**	Nosotros, -as **somos**
Tú **eres**	
Él, ella, usted **es**	Ellos, ellas, ustedes **son**

Qué thường có nghĩa là "gì" và ***cuál*** có nghĩa là "nào". Tuy nhiên, như trong bài đối thoại trên, ***qué*** có khi cũng dùng như ***cuál***. Chú ý đến cách dùng của ***qué*** và ***cuál*** trong những câu dưới đây:

¿**Qué** es esto? *Cái này là cái gì?*
¿**Qué** país es éste? *Nước này là nước nào?*
¿**Cuál** es tu nacionalidad? *Quốc tịch của bạn là gì?*

Trong các đại danh từ nhân xưng (*pronombres personales*), ***yo, tú, usted, ustedes*** dùng với cả đàn ông và đàn bà, trong khi các đại danh từ khác thay đổi theo giới tính: ***él – ella, nosotros – nosotras, ellos – ellas***. Khi một đại danh từ bao gồm cả hai giới tính, đại danh từ đó mang hình thức giống đực.

Ví dụ: **ellos** (*các anh ấy*), **ellas** (*các cô ấy*), **ellos** (*họ - cả hai giống*)

Giới từ ***de*** có rất nhiều nghĩa. Trong bài trên, giới từ này có hai nghĩa:

a. Chỉ nguồn gốc: Soy **de** Paraguay (*Tôi ở nước Paraguay*)
b. Chỉ thuộc tính hay hạng mục: Juan es estudiante **de** japonés. (*Juan là sinh viên tiếng Nhật*)

Động từ ***hacer*** thường có nghĩa là *làm, hành nghề*, được chia ở thì hiện tại như sau:

Yo **hago**	Nosotros, -as **hacemos**
Tú **haces**	
Él, ella, usted **hace**	Ellos, ellas, ustedes **hacen**

2. **Giống và số của danh từ:** Danh từ trong tiếng Tây-ban-nha được chia thành hai giống là giống đực (*masculino*) và giống cái (*femenino*), và hai số là số ít (*singular*) và số nhiều (*plural*).
a. Danh từ giống đực thường chấm dứt bằng chữ **-o** (*ingenier**o**, abogad**o***), nhưng cũng có thể bằng một phụ âm (*docto**r**, profeso**r***).

b. Danh từ giống cái thường chấm dứt bằng chữ **-a** (*ingeniera, abogada*), nhưng cũng có thể chấm dứt bằng phụ âm hay nguyên âm khác (*nación, madre*).

c. Một số danh từ có thể dùng chung cho cả hai giống (*estudiante, artista*).

Số nhiều của danh từ được thành lập bằng cách thêm chữ **-s** vào danh từ số ít *chấm dứt bằng một nguyên âm* (*abogado => abogados, madre => madres, ingeniera => ingenieras*).

Nếu một danh từ số ít *chấm dứt bằng một phụ âm*, ta thêm **-es** vào danh từ đó (*doctor => doctores, profesor => profesores, nacionalidad => nacionalidades*).

Giống như trường hợp của đại danh từ nhân xưng, các danh từ giống đực số nhiều cũng có nghĩa là vừa giống đực vừa giống cái. Ví dụ như chữ ***padres*** có nghĩa là *'những người cha'* mà cũng có nghĩa là *'cha mẹ'*.

3. Giống và số của tính từ. Tính từ cũng có hai giống và hai số, tuỳ theo danh từ chúng đi theo, và cũng dùng **-a** cho giống cái và **-s** cho số nhiều như danh từ. Như vậy một tính từ có thể có tới *bốn dạng khác nhau* như những tính từ dưới đây:

Số ít		*Số nhiều*	
Giống đực	*Giống cái*	*Giống đực*	*Giống cái*
cubano	**cubana**	**cubanos**	**cubanas**
mexicano	**mexicana**	**mexicanos**	**mexicanas**

Để ý một số tính từ giống đực số ít không chấm dứt bằng **-o** thì ở giống đực số nhiều chấm dứt bằng **-es:**

Số ít		*Số nhiều*	
Giống đực	*Giống cái*	*Giống đực*	*Giống cái*
japonés	**japonesa**	**japoneses**	**japonesas**
español	**española**	**españoles**	**españolas**

Một số tính từ khác chỉ có hai dạng, dạng số ít (cho cả hai giống) và dạng số nhiều (cho cả hai giống:

Số ít		*Số nhiều*	
Giống đực	*Giống cái*	*Giống đực*	*Giống cái*
canadiense	**canadiense**	**canadienses**	**canadienses**
vietnamita	**vietnamita**	**vietnamitas**	**vietnamitas**

¿Es usted japonesa?

EJERCICIOS DE PRÁCTICA
BÀI TẬP THỰC HÀNH

I. Saludos/*Chào hỏi.* Bạn mới bắt đầu một công việc mới. Bạn gặp một cô đồng nghiệp trong sở. Hai người trao đổi lời chào hỏi và hỏi tên nhau. Hãy tập hỏi và trả lời cho những câu còn bỏ trống trong phần của bạn, dựa vào câu hỏi và trả lời của cô bạn đồng nghiệp mới. *Nói trọn từng câu một trước khi viết xuống.*

Sara ¡Buenos días! Me llamo Sara. ¿Cómo se llama usted?
Usted (1) ¡________________! (2) ____________________. (3) ¿____________________?
Sara Estoy muy bien, gracias. ¿Y usted?
Usted (4) ______________________. (5) ¡________________, Sara!
Sara ¡Adiós!

II. Información personal/*Chi tiết cá nhân.* Việt và Carolina, hai người bạn mới quen, nói chuyện với nhau để tìm hiểu về nguồn gốc và nghề nghiệp. Dựa vào mẫu *Đàm thoại 2* ở phần trên để làm bài tập này. Hỏi và trả lời thay cho Việt và Carolina ở những phần nào bỏ trống. *Nói trọn từng câu một trước khi viết xuống.*

Carolina ¡Hola, Viet! ¿Cómo estás?
Việt (1) ¡____________, Carolina! (2) ____________________, gracias. ¿Y tú?
Carolina Estoy bien también. (3) ¿________________________?
Việt Soy de Vietnam. Y tú, (4) ¿__________________________?
Carolina Soy mexicana. Eres ingeniero, ¿verdad?
Việt No, (5) ________________. Y tú, (6) ¿______________?
Carolina Soy abogada. ¿Qué hacen tus padres?
Việt Mis padres (7) ____________________________.

Soy de Vietnam.

III. Ocupaciones y nacionalidades/*Nghề nghiệp và quốc tịch.* Dựa vào những hình vẽ và quốc kỳ dưới đây để nói và viết xuống những nghề nghiệp và quốc tịch tương ứng có trong danh sách. *Để ý đến cách dùng danh từ và tính từ giống đực, giống cái, số ít và số nhiều.*

Modelo – *Câu mẫu*

Bạn nói và viết xuống ***Estudiante japonesa***

camarero doctor chófer profesor ingeniero abogado vendedor secretario

brasileño boliviano mexicano coreano vietnamita francés canadiense panameño

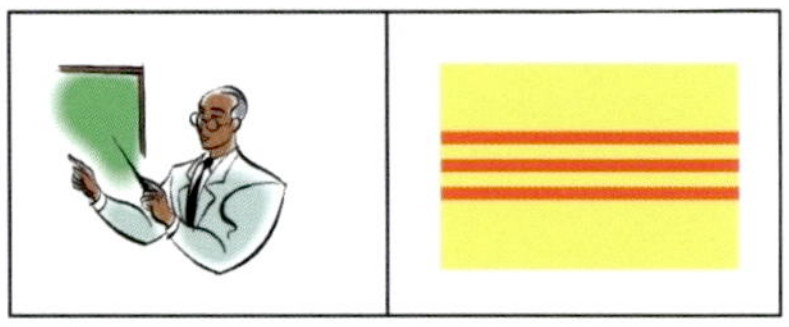

1. ______________ ______________

2. ______________ ______________

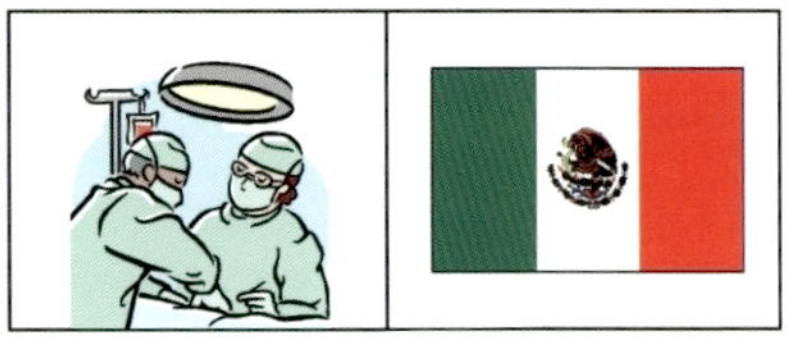

3. ______________ ______________

4. ______________ ______________

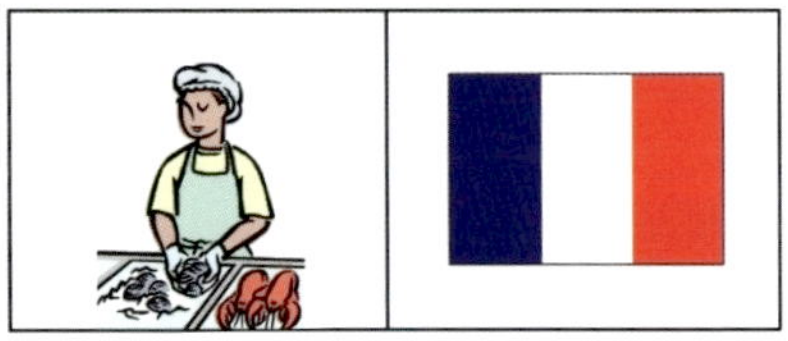

5. ______________ ______________

6. ______________ ______________

7. ______________ ______________

8. ______________ ______________

IV. Formas con distinciones de género y de número/*Những dạng thức khác nhau về giống và số.* Đổi những câu sau đây từ dạng *giống đực, số ít* sang dạng *giống cái, số nhiều.*

Modelo – *Câu mẫu*

Tú eres cubano => *Ustedes son cubanas.*

1. Yo soy vendedor.
   ______________________________.
2. Él es nicaragüense.
   ______________________________.
3. ¿Qué hace usted?
   ______________________________.
4. ¿Eres artista?
   ______________________________.
5. Él no es francés.
   ______________________________.
6. Usted es japonés, ¿verdad?
   ______________________________.
7. Yo no soy chino.
   ______________________________.
8. ¿De qué país es él?
   ______________________________.

V. ¿Cómo se dice todo esto en español?/*Nói những điều này bằng tiếng Tây-ban-nha như thế nào?* Dựa vào tất cả những điều đã học trong bài này, diễn tả những câu sau đây bằng tiếng Tây-ban-nha. *Tập nói trọn vẹn từng câu trước khi viết xuống.*

1. Thưa ông, ông là người nước nào?
   ____
2. Thưa bà, quốc tịch của bà là gì?
   ____
3. Tôi tên Việt. Bạn tên gì vậy?
   ____
4. Tôi ở Việt Nam. Tôi là người Việt Nam.
   ____
5. Juan và Julia ở Tây-ban-nha. Họ là người Tây-ban-nha.
   ____
6. Bạn là người Pháp, phải không?
   ____

7. María và Marisela ở Mễ-tây-cơ. Họ là người Mễ.

8. Chúng tôi không phải là người Nhật. Chúng tôi là người Hoa.

9. Chào bạn (*dùng vào buổi chiều*). Bạn có khoẻ không?

10. Tôi khoẻ lắm, cám ơn. Còn bạn thì sao?

EXPLICACIÓN DEL PROVERBIO
GIẢI THÍCH CÂU TỤC NGỮ

- **Oficio quita vicio.**
  oficio: nghề nghiệp
  quita: lấy đi, loại trừ
  vicio: thói xấu

Nghĩa đen của câu tục ngữ này là *Có nghề nghiệp sẽ bớt đi thói xấu.* Tục ngữ Việt của chúng ta cũng có câu tương đương *Nhàn cư vi bất thiện* (Ở không dễ sinh thói xấu). Cũng cùng một ý với câu tiếng Việt là nói do đâu mà thói xấu sinh ra, nhưng câu tiếng Tây-ban-nha nhấn mạnh đến công việc, trong khi câu tiếng Việt lại đặt trọng tâm vào sự nhàn rỗi.

CAPÍTULO TRES - *CHƯƠNG BA*

La familia y la amistad

Gia đình và bạn bè

📖 Vocabulario funcional
Từ vựng thực dụng

- Từ vựng về thân tộc
- Tính từ miêu tả

Conversaciones
Đàm thoại

- Một tấm ảnh đẹp
- Đây là gia đình tôi!

Explicaciones de gramática
Chú thích văn phạm

- Động từ *tener* và những thành ngữ dùng với *tener*
- Động từ tận cùng bằng *-ar, -er, -ir*
- Số đếm từ 0 đến 100
- Mạo từ và tính từ sở hữu

📖 Ejercicios de práctica
Bài tập thực hành

Explicación del proverbio
Giải thích câu tục ngữ

Proverbio – *Tục ngữ*

No hay mejor hermano que un buen vecino al lado.

Bán anh em xa, mua láng giềng gần.

VOCABULARIO FUNCIONAL

TỪ VỰNG THỰC DỤNG

SUSTANTIVOS – *DANH TỪ*

el/la abuelo, -a *m/f*	ông, bà
el/la ahijado, -a *m/f*	con đỡ đầu
el/la amigo, -a *m/f*	bạn
el/la esposo, -a *m/f*	chồng, vợ
el/la hermano, -a *m/f*	anh, chị, em
el/la hijastro, -a *m/f*	con ghẻ
el/la hijo, -a *m/f*	con ruột
el hombre *m*	đàn ông
la madrastra *f*	mẹ kế
la madrina *f*	mẹ đỡ đầu
la mamá *f*	mẹ
el/la muchacho, -a *m/f*	con trai, con gái
la mujer *f*	đàn bà
el/la nieto, -a *m/f*	cháu (*nội, ngoại*)
el/la niño, -a *m/f*	đứa bé
el/la novio, -a *m/f*	người yêu
el padrastro *m*	cha ghẻ
el padrino *m*	cha đỡ đầu
el papá *m*	cha
el/la pariente *m/f*	người bà con
el/la primo, -a *m/f*	anh, chị, em họ
el/la sobrino, -a *m/f*	cháu trai, cháu gái
el/la tío, -a *m/f*	cậu, chú, cô, dì

ADJETIVOS – *TÍNH TỪ*

adoptivo, -a	nuôi (*cha, mẹ, con*)
alto, -a	cao
antipático, -a	đáng ghét
bajo, -a	thấp
bonito, -a	đẹp
delgado, -a	ốm
diligente	siêng năng
feo, -a	xấu xí
gordito, -a	mập
guapo, -a	dễ thương
grande	lớn
inteligente	thông minh
joven	trẻ
materno, -a	bên mẹ, bên ngoại
mayor	lớn tuổi
medio, -a	cùng cha khác mẹ, cùng mẹ khác cha
menor	nhỏ tuổi
moreno, -a	đen (*tóc, da*)
paterno, -a	bên cha, bên nội
pequeño, -a	nhỏ
perezoso, -a	lười biếng
político, -a	bên chồng, bên vợ, dâu, rể
rubio, -a	vàng (*tóc*)
simpático, -a	dễ mến
viejo, -a	già

VERBOS – *ĐỘNG TỪ*

comer *vt & vi*	ăn
hablar *vt & vi*	nói, nói chuyện
haber – hay *v. imp.*	có
tener *vt*	có, sở hữu
vivir *vi*	sống

PALABRAS INTERROGATIVAS *NGHI VẤN TỪ*

dónde *adv*	ở đâu
cuánto, -a, -s *adj*	mấy, bao nhiêu
de quién, -es	của ai
qué *pron*	cái gì
quién, -es *pron*	ai

EXPRESIONES – *THÀNH NGỮ*

¿Cuántos años tienes?	Bạn bao nhiêu tuổi?
tener sueño	buồn ngủ
tener hambre	đói bụng
tener sed	khát nước

CONVERSACIÓN 1
ĐÀM THOẠI 1

UNA FOTO BONITA
MỘT TẤM ẢNH ĐẸP

María	¡Qué foto tan bonita! ¿Quiénes son? *Bức hình đẹp quá! Đó là những ai vậy?*
Juan	Es la familia de mi tía Claudia. Ella es la hermana menor de mi mamá. *Đó là gia đình của dì Claudia của tôi. Dì ấy là em của mẹ tôi.*
María	Su esposo no es muy alto, ¿verdad? ¿Cuántos años tiene? *Chồng của dì ấy không cao lắm, phải không? Ông ấy bao nhiêu tuổi?*
Juan	Tiene treinta años. Es joven, ¿no? *Dượng ấy ba mươi tuổi. Cũng trẻ, phải không?*
María	¿Cómo se llaman tus primos? *Hai đứa em họ của bạn tên gì vậy?*
Juan	El muchacho se llama Pedro. Tiene siete años. La muchacha se llama Clara. Tiene cinco años. *Đứa con trai tên là Pedro. Nó bảy tuổi. Con bé tên là Clara, năm tuổi.*
María	¿Dónde viven ahora? *Hiện giờ họ ở đâu?*
J uan	Viven en Caracas, Venezuela. *Họ ở Caracas, Venezuela.*

EXPLICACIONES DE GRAMÁTICA

CHÚ THÍCH VĂN PHẠM

1. **Liên hệ gia tộc.** Từ ngữ chỉ liên hệ gia tộc trong tiếng Tây-ban-nha không rõ ràng như trong tiếng Việt. Một số danh từ chưa chỉ rõ vai vế cần phải dùng kèm với một tính từ. Những loại tính từ đó dùng như sau:

   a. **paterno, -a, materno, -a:** Hai tính từ này dùng để chỉ bên cha (hay bên nội) và bên mẹ (hay bên ngoại). Như vậy ***abuelo paterno*** là *ông nội*, ***abuela materna*** là *bà ngoại*, ***tío materno*** là *cậu*, ***tía paterna*** là *cô*, v.v.

   b. **mayor, menor:** Hai tính từ này dùng để chỉ vai lớn nhỏ trong quan hệ anh chị em. Ví dụ: ***hermana mayor*** là *chị*, ***hermana menor*** là *em gái* (cũng gọi là ***hermanita*****).**

   c. **político, -a:** Tính từ này, vốn có nghĩa là *thuộc về chính trị, ngoại giao*, được dùng để chỉ liên hệ thông qua hôn nhân. Ví dụ: ***padre político*** là *cha chồng* hay *cha vợ*, ***hermano político*** là *anh rể* hay *anh vợ*, ***hija política*** là *con dâu*, v.v.

   d. **adoptivo, -a**: Tính từ này dùng với các danh từ như ***padre adoptivo*** (cha nuôi), ***madre adoptiva*** (mẹ nuôi), ***hijos adoptivos*** (con nuôi), v.v.

   e. **medio,-a:** Tính từ này, vốn có nghĩa là *một nửa*, dùng để chỉ liên hệ anh chị em cùng cha khác mẹ hay cùng mẹ khác cha. Như vậy, ***hermano medio*** là *anh* (hay *em trai*) *cùng cha khác mẹ*, ***hermana media*** là *chị* (hay *em gái*) *cùng cha khác mẹ,* v.v.

2. **Tính từ sở hữu/*Adjetivos posesivos.*** Tính từ sở hữu trong tiếng Tây-ban-nha chia làm hai loại, một loại chỉ thay đổi theo số ít và số nhiều của danh từ đi theo, một loại thay đổi theo cả số ít, số nhiều và giống đực, giống cái của danh từ ấy. Dưới đây là bảng sắp xếp các tính từ sở hữu kèm theo một danh từ làm ví dụ là *hijo* với các dạng giống cái và số nhiều:

	Số ít (*của danh từ đi theo*)		Số nhiều (*của danh từ đi theo*)	
	Giống đực	*Giống cái*	*Giống đực*	*Giống cái*
Ngôi thứ nhất (*một sở hữu chủ*) **của tôi**	**mi** (hijo)	**mi** (hija)	**mis** (hijos)	**mis** (hijas)
Ngôi thứ nhất (*nhiều sở hữu chủ*) **của chúng tôi**	**nuestro** (hijo)	**nuestra** (hija)	**nuestros** (hijos)	**nuestras** (hijas)
Ngôi thứ hai (*một sở hữu chủ*) **của bạn**	**tu** (hijo)	**tu** (hija)	**tus** (hijos)	**tus** (hijas)
Ngôi thứ ba (*một sở hữu chủ*) **của anh, của anh ấy**	**su** (hijo)	**su** (hija)	**sus** (hijos)	**sus** (hijas)
Ngôi thứ ba (*nhiều sở hữu chủ*) **của các anh, của họ**	**su** (hijo)	**su** (hija)	**sus** (hijos)	**sus** (hijas)

Bảng tính từ sở hữu trên cho ta thấy những điểm quan trọng như sau:

a. Khi dùng một tính từ sở hữu, ta cần nhớ là có *một sở hữu chủ* hay *nhiều sở hữu chủ* để chọn chữ thích hợp.

   Ví dụ: ***mis*** *hijos* (một sở hữu chủ đi với danh từ số nhiều)
   nuestro *hijo* (nhiều sở hữu chủ đi với danh từ số ít)

b. Danh từ đi theo sau tính từ sở hữu sẽ quyết định *giống* và *số* của tính từ sở hữu.

   Ví dụ: *nuestr**os** hijos* (danh từ đi theo là giống đực, số nhiều)
   *nuestr**a** hija* (danh từ đi theo là giống cái, số ít)

c. Các dạng tính từ ***su*** và ***sus*** thường không rõ nghĩa vì được dùng với rất nhiều sở hữu chủ khác nhau.

   Ví dụ: *su hijo* có những nghĩa sau đây:
   - con trai của ông (bà, cô, chị, v.v.)
   - con trai của các ông (các bà, các cô, các chị, v.v.)
   - con trai của ông ấy (bà ấy, anh ấy, cô ấy, v.v.)
   - con trai của các ông ấy (các bà ấy, các anh ấy, họ, v.v.)

Vì lý do đó, người ta chỉ dùng hai dạng tính từ này khi ngữ cảnh đã rõ ràng. Khi có thể gây hiểu lầm, ta thường thay thế ***su*** và ***sus*** bằng giới từ ***de*** theo sau là một đại danh từ túc từ tương ứng.

Ví dụ: *el hijo de él* (con trai của anh ấy)
el hijo de ella (con trai của cô ấy)
el hijo de usted (con trai của ông, bà)
el hijo de ustedes (con trai của các ông, các bà)
el hijo de ellos (con trai của các ông ấy, họ)
el hijo de ellas (con trai của các bà ấy, họ)

3. Động từ/ *Verbos*. Động từ trong tiếng Tây-Ban-nha được chia thành ba nhóm, căn cứ theo ba loại hậu tố **-AR, -ER** và **-IR.** Cách chia động từ sẽ tuỳ thuộc vào các hậu tố này. Thì hiện tại chỉ định cách (*el presente del indicativo*) có những hậu tố cho từng nhóm động từ có quy tắc như sau:

Thì hiện tại – Chỉ định cách *El presente del indicativo*		
*Nhóm động từ **-AR***	*Nhóm động từ **-ER***	*Nhóm động từ **-IR***
-o **-amos** **-as** **-a** **-an**	**-o** **-emos** **-es** **-e** **-en**	**-o** **-imos** **-es** **-e** **-en**

Muốn chia một động từ ở thì hiện tại chỉ định cách, ta lấy dạng nguyên mẫu (*el infinitivo*), bỏ đi phần hậu tố (*-ar, -er* hay *-ir*) và gắn những hậu tố của từng ngôi tương ứng vào. Ví dụ, ba động từ điển hình của ba nhóm là ***hablar*** (*nói*), ***comer*** (*ăn*) và ***vivir*** (*sống*). Bỏ đi các hậu tố của dạng nguyên mẫu, chúng ta sẽ còn lại các phần gốc ***habl-, com-*** và ***viv-***. Sau đó, ráp những hậu tố của từng ngôi tương ứng, ta sẽ có các dạng đã chia của ba động từ này như dưới đây:

Thì hiện tại – Chỉ định cách *El presente del indicativo*		
HABLAR	**COMER**	**VIVIR**
habl**o** habl**amos** habl**as** habl**a** habl**an**	com**o** com**emos** com**es** com**e** com**en**	viv**o** viv**imos** viv**es** viv**e** viv**en**

Một số động từ có quy tắc tận cùng bằng ***-ar*** tiêu biểu gồm có ***trabajar*** (*làm việc*), ***estudiar*** (*học*), ***comprar*** (*mua*), ***caminar*** (*đi bộ*), ***mirar*** (*nhìn*), v.v.

Một số động từ có quy tắc tận cùng bằng ***-er*** tiêu biểu gồm có ***correr*** (*chạy*), ***vender*** (*bán*), ***leer*** (*đọc*), ***beber*** (*uống*), v.v.

Một số động từ có quy tắc tận cùng bằng ***-ir*** tiêu biểu gồm có ***escribir*** (*viết*), ***partir*** (*ra đi*), ***discutir*** (*thảo luận*), ***asistir*** (*tham dự, theo học*), v.v.

4. Động từ TENER và những thành ngữ thông dụng. Ngoài những động từ có quy tắc kể trên, tiếng Tây-ban-nha có rất nhiều động từ bất quy tắc. Động từ ***tener*** (*có, sở hữu*) là một trong những động từ trong nhóm này. Động từ ***tener*** được chia như sau:

Thì hiện tại – Chỉ định cách
TENER

tengo	tenemos
tienes	
tiene	tienen

☞ NHỮNG THÀNH NGỮ THÔNG DỤNG VỚI ĐỘNG TỪ *TENER:*

- **tener (…) años:** (bao nhiêu) tuổi
- **tener sueño:** buồn ngủ
- **tener suerte:** gặp may mắn
- **tener éxito:** thành công
- **tener hambre:** đói bụng
- **tener sed:** khát nước
- **tener razón:** có lý, nói đúng
- **tener miedo:** sợ hãi
- **tener vergüenza:** xấu hổ
- **tener ganas de:** cảm thấy muốn/thích (làm gì)

Quan sát xem các thành ngữ trên được dùng ra sao trong các ví dụ dưới đây:

1. Mi hermanito ***tiene cinco años***. (*Em trai tôi được năm tuổi*)
2. ¿Ya ***tienes sueño***, mi hijo? (*Con buồn ngủ rồi à?*)
3. Siempre ***tengo suerte*** con exámenes. (*Tôi luôn luôn gặp may với các bài thi*)
4. ¿Quién ***tiene éxito*** en el trabajo? (*Ai thành công trong công việc?*)
5. ¿Hay algo para comer? ***Tenemos mucha hambre.*** (*Có gì để ăn không? Chúng tôi đói bụng quá*)
6. ¿Tiene usted agua? El niño ***tiene sed***. (*Cô có nước không? Cháu nhỏ đang khát*)
7. ***Tienes razón***. Carlos es un buen hijo. (*Bạn nói đúng. Carlos là một đứa con ngoan*)
8. La niña no habla porque ***tiene miedo***. (*Cô bé không nói gì vì sợ*)
9. Raúl no es un buen muchacho. No ***tiene vergüenza***. (*Raúl không phải là một cậu bé ngoan. Nó không biết xấu hổ là gì*)
10. ***Tengo ganas de*** beber algo tibio. (*Tôi muốn uống cái gì nong nóng*)

"Tengo ganas de beber algo tibio".

CONVERSACIÓN 2
ĐÀM THOẠI 2

¡AQUÍ ESTÁ MI FAMILIA!
ĐÂY LÀ GIA ĐÌNH TÔI

Luisa ¿Cuántas personas hay en tu familia, Viet?
Trong gia đình bạn có bao nhiêu người hở Việt?

Việt Hay cuatro personas en mi familia: Mi papá, mi mamá, mi hermanita Hoa y yo. ¡Oh! y también tenemos un perro y una gatita.
Có bốn người trong gia đình tôi: Ba tôi, mẹ tôi, em gái tôi là Hoa và tôi. À, chúng tôi còn có một con chó và một con mèo nhỏ nữa.

Luisa ¿De quién son el perro y la gatita?
Con chó và con mèo nhỏ là của ai vậy?

Việt El perro es mío y la gatita es de mi hermanita.
Con chó là của tôi, còn con mèo là của em gái tôi.

Luisa ¿Cómo son?
Chúng nó như thế nào?

Việt Mi perro es muy bonito e inteligente. La gatita de Hoa es fea y perezosa.
Con chó của tôi rất đẹp và thông minh. Con mèo của Hoa thì xấu xí và lười biếng.

EXPLICACIONES DE GRAMÁTICA

CHÚ THÍCH VĂN PHẠM

1. **Số đếm từ 0 đến 100/*Números cardinales de 0 a 100.***
   Từ 0 đến 10, các số đếm như sau:

cero	không		
uno	một	**seis**	sáu
dos	hai	**siete**	bảy
tres	ba	**ocho**	tám
cuatro	bốn	**nueve**	chín
cinco	năm	**diez**	mười

Các số từ 11 đến 19:

once	mười một	**dieciséis**	mười sáu
doce	mười hai	**diecisiete**	mười bảy
trece	mười ba	**dieciocho**	mười tám
catorce	mười bốn	**diecinueve**	mười chín
quince	mười lăm		

Các số từ 20 đến 29 viết thành một chữ:

veinte	hai mươi	**veinticinco**	hai mươi lăm
veintiuno	hai mươi mốt	**veintiséis**	hai mươi sáu
veintidós	hai mươi hai	**veintisiete**	hai mươi bảy
veintitrés	hai mươi ba	**veintiocho**	hai mươi tám
veinticuatro	hai mươi bốn	**veintinueve**	hai mươi chín

Các số chẵn từ 30 đến 100 là

treinta	ba mươi	**setenta**	bảy mươi
cuarenta	bốn mươi	**ochenta**	tám mươi
cincuenta	năm mươi	**noventa**	chín mươi
sesenta	sáu mươi	**cien**	một trăm

Từ 30 trở lên các số kèm đơn vị viết rời ra:

treinta y uno	ba mươi mốt
cuarenta y dos	bốn mươi hai
cincuenta y tres	năm mươi ba

Các số 21, 31, 41, v.v. bỏ chữ ***-o*** trước danh từ giống đực, nhưng vẫn mang chữ ***-a*** trước danh từ giống cái:

veintiún muchachos (*21 đứa con trai*) ~ **veintiuna** muchachas (*21 đứa con gái*)
treinta y un amigos (*31 người bạn)* ~ **treinta y una** amigas (*31 người bạn gái*)

2. Mạo từ bất định và mạo từ xác định/*Artículos indefinidos y definidos.* Mạo từ là loại tiếng dùng để giới thiệu một danh từ. Thông thường, khi nói đến một danh từ lần đầu tiên, ta dùng *mạo từ bất định*. Khi một danh từ đã được nhắc đến từ trước hay có những chi tiết đã rõ ràng, ta dùng *mạo từ xác định*. Mạo từ, cũng như tính từ, phải hợp với giống và số của danh từ đi theo. Dưới đây là bảng các mạo từ trong tiếng Tây-ban-nha kèm với các danh từ để ví dụ:

	Số ít		*Số nhiều*	
	Giống đực	*Giống cái*	*Giống đực*	*Giống cái*
Mạo từ bất định	**un** hombre	**una** mujer	**unos** hombres	**unas** mujeres
Mạo từ xác định	**el** hombre	**la** mujer	**los** hombres	**las** mujeres

Một số cách dùng chính của mạo từ trong tiếng Tây-ban-nha:

- *Không dùng mạo từ* trước nghề nghiệp:
  Mi padre es ingeniero. (Ba tôi là kỹ sư)
- Khi nghề nghiệp có một tính từ đi kèm, ta dùng *mạo từ bất định*:
  Mi padre es un buen ingeniero. (Ba tôi là một kỹ sư giỏi)
- Khi danh từ có một nhóm chữ đi kèm để miêu tả, ta dùng *mạo từ xác định*:
  Mi padre es el ingeniero principal de este departamento. (Ba tôi là kỹ sư chính của phân ban này)
- Mạo từ bất định dùng ở số nhiều thường được dịch là *vài, một số, một ít*:
  Tengo unos amigos aquí. (Tôi có vài người bạn ở đây)
- Những danh từ giống cái, số ít bắt *đầu bằng **a-** hay **ha-** có trọng âm* đi với mạo từ bất định hay xác định của giống đực để đọc cho êm tai:
  un águila (một con đại bàng), *el agua* (nước lã), *el hada* (bà tiên).
  Khi những danh từ này ở số nhiều, ta lại dùng mạo từ giống cái như bình thường: *unas águilas, las aguas, las hadas.*

3. Động từ không ngôi HAY. Dạng động từ thì hiện tại chỉ định cách này là từ động từ nguyên mẫu ***haber.*** Đây là một dạng động từ đặc biệt, dùng không ngôi (để nói trống không), có nghĩa là *có*:

Ví dụ: *¿Qué hay en esta caja?* (Trong hộp này có cái gì?)
Hay cinco personas en mi familia. (Có năm người trong gia đình tôi)
No hay perros en la casa. (Trong nhà không có con chó nào)

Chú thích:

(i) Liên từ ***y*** (*và*) đổi thành ***e*** trước từ ngữ bắt đầu bằng ***i-*** hay ***hi-*** để khỏi phải đọc âm [i] liên tiếp hai lần: *español* ***e*** *inglés* (nhưng: *inglés* ***y*** *español*); *agua* ***e*** *hielo* (nước và nước đá), (nhưng *hielo* ***y*** *agua*).

(ii) ***mío*** là dạng *đại danh từ sở hữu*, tương ứng với ***mi*** là tính từ sở hữu. So sánh:
Es ***mi*** *gato.* (Đó là con mèo của tôi)
El gato es ***mío***. (Con mèo là của tôi)

EJERCICIOS DE PRÁCTICA
BÀI TẬP THỰC HÀNH

I. El parentesco/*Liên hệ gia tộc.* Đọc kỹ những câu nói về liên hệ gia tộc dưới đây để điền vào chỗ trống mối liên hệ đúng giữa những người được nói đến trong mỗi câu.

Modelo – *Mẫu* Yo soy la _______________ de mi mamá.
Bạn điền vào chữ ***hija***.

1. La hermana de mi papá es mi _______________ _______________.
2. Mi abuelo materno es el _______________ _______________ de mi papá.
3. Los hijos de mi tía son mis _______________.
4. La esposa de mi hermano es mi _______________.
5. El hijo de mi hermana es mi _______________.
6. Yo soy el _______________ de mis abuelos.
7. El esposo de mi madrina es mi_______________
8. Roberto es el _______________ de sus padrinos (*cha mẹ đỡ đầu*).
9. La segunda (*thứ hai*) esposa de mi papá es mi _______________.
10. Mi mamá es la _______________ _______________ de mis abuelos paternos.

II. Una entrevista/*Một cuộc phỏng vấn*. Bạn hãy trả lời những câu hỏi về chi tiết cá nhân sau đây *với câu trả lời đầy đủ*. Sau đó viết các câu trả lời vào chỗ dành sẵn.

III. Verbos en el presente del indicativo/*Động từ thì hiện tại chỉ định cách*. Chia các động từ trong ngoặc đơn trong đoạn văn dưới đây ở *thì hiện tại chỉ định cách* cho phù hợp với chủ từ trong câu. Khi câu không có chủ từ, xem câu trước đó để xác định chủ từ là gì.

(*Haber*) (1) _______________ cinco personas en mi familia: Mi padre, mi madre, mi hermano mayor, mi hermana menor y yo. Nosotros (*vivir*) (2) _______________ en la Ciudad de México. Mis padres (*ser*) (3) _______________ profesores de español. Mi hermano (*ser*) (4) _______________ ingeniero; mi hermana (*ser*) (5) _______________ secretaria y yo (*ser*) (6) _______________ artista. Nosotros (*hablar*) (7) _______________ español e inglés. Mi hermano (*hablar*) (8) _______________ francés también. Nosotros (*comer*) (9) _______________ tortillas y (*beber*) (10) _______________ Tequila. (*Tener*) (11) _______________ dos perros y una gata. Y usted, ¿(*tener*) (12) _______________ un perro o una gata?

IV. Adjetivos posesivos/*Tính từ sở hữu.* Trong mỗi câu dưới đây, căn cứ vào phần đầu để xác định tính từ sở hữu đúng cho chỗ trống trong phần sau. *Để ý tới giống và số của danh từ đi theo tính từ sở hữu* để dùng dạng đúng cho tính từ.

Modelo/*Câu mẫu* Tengo un perro bonito. __________ perro es muy inteligente.
Bạn điền vào chữ ***mi***.

1. ¿Tienes tú dos gatos? ¿Cómo son __________ gatos?
2. Tenemos dos hijos. __________ hijos son simpáticos e inteligentes.
3. Mario, Elena y Vicente están en una cafetería. Mario bebe café y __________ amigos beben Coca Cola.
4. Mi esposa y yo compramos una nueva casa. __________ casa es alta y bonita.
5. Los señores Álvarez viven en la ciudad de Los Ángeles. __________ ciudad es muy grande.
6. Viet habla la lengua vietnamita. __________ lengua es bonita.
7. Yo como dos sándwiches. __________ sándwiches son pequeños pero deliciosos.
8. Marisol es la novia de usted, ¿no? __________ novia es muy simpática.
9. Ustedes tienen una hermanita, ¿verdad? ¿Habla __________ hermanita español?
10. Hablamos con los sobrinos de la señora Hernández. __________ sobrinos hablan español e inglés muy bien.

Tenemos dos hijos.

V. Expresiones con el verbo TENER/*Thành ngữ với động từ TENER.* Hoàn tất các câu dưới từng bức hình bằng cách dùng những thành ngữ với động từ ***tener*** ở thì hiện tại trong danh sách dưới đây. Chú ý đến chủ từ đã cho sẵn trong mỗi câu.

tener razón	**tener hambre**	**tener sueño**	**tener sed**
tener miedo	**tener éxito**	**tener suerte**	**tener vergüenza**

Modelo/*Câu mẫu*

Mi hermanito __________ __________________.

Bạn điền vào: ***tiene*** ***un año.***

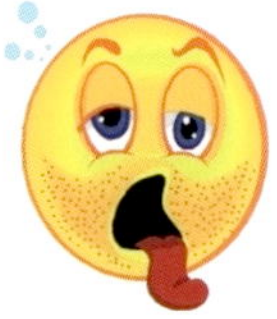

1. Yo __________ __________________

2. Mi amigo __________ __________________

3. ¿ __________ tú __________________?

4. Usted __________ __________________, ¿no?

5. Ricardo __________ __________________

6. Los niños __________ __________________

7. ¡Pepito __________ __________________!

8. Mi hermano __________ __________________

VI. Operaciones matemáticas básicas/*Các phép toán căn bản.* Đếm được từ 1 đến 100, bây giờ bạn đã có thể làm những phép toán căn bản bằng tiếng Tây-ban-nha rồi đấy! Xem kỹ những câu mẫu dưới đây và làm các bài toán kế tiếp.

Modelo/*Câu mẫu*

- **La suma** (*phép cộng*): **2 + 2 = ¿_____?**
  Bạn nói (và viết xuống) ***Dos más dos es igual a cuatro.***
- **La resta** (*phép trừ*): **20 – 5 = ¿_____?**
  Bạn nói (và viết xuống) ***Veinte menos cinco es igual a quince.***
- **La multiplicación** (*phép nhân*): **6 × 6 = ¿_____?**
  Bạn nói (và viết xuống) ***Seis por seis es igual a treinta y seis.***
- **La división** (*phép chia*): **40 ÷ 5 = ¿_____?**
  Bạn nói (và viết xuống) ***Cuarenta entre cinco es igual a ocho.***

1. **100 ÷ 20 = ¿_____?**
____
2. **14 + 26 = ¿_____?**
____
3. **57 – 12 = ¿_____?**
____
4. **18 × 5 = ¿_____?**
____
5. **60 + 17 = ¿_____?**
____
6. **88 ÷ 4 = ¿_____?**
____
7. **21 × 3 = ¿_____?**
____
8. **77 – 33 = ¿_____?**
____
9. **69 – 0 = ¿_____?**
____
10. **33 × 3 = ¿_____?**
____

¿Cuánto es veintidós menos once?

VII. ¿Cómo se dice todo esto en español?/*Nói những điều này bằng tiếng Tây-ban-nha như thế nào?* Đến cuối chương này, bạn đã có được một số vốn kha khá về văn phạm và từ vựng. Hãy nói những câu sau đây bằng tiếng Tây-ban-nha trước khi viết xuống.

1. Bố mẹ bạn sống ở đâu?

    ____

2. Chị tôi có hai đứa con trai và một đứa con gái.

    ____

3. Ông bà ngoại của bạn được bao nhiêu tuổi?

    ____

4. Bé gái buồn ngủ, phải không?

    ____

5. Có bao nhiêu người đàn ông trong gia đình của cô ấy?

    ____

6. Các cô ấy muốn uống nước.

    ____

7. Thầy giáo của chúng tôi nói tiếng Việt và Tây-ban-nha.

    ____

8. Bạn nói đúng: 25 chia cho 5 là 5.

    ____

9. Chồng của María như thế nào?

    ____

10. Chúng tôi không đói.

    ____

Nuestras hijas tienen éxito.

EXPLICACIÓN DEL PROVERBIO
GIẢI THÍCH CÂU TỤC NGỮ

- **No hay mejor hermano que un buen vecino al lado.**

no: không
hay: có
mejor: tốt hơn
hermano: anh, em trai
que: so với
un: một
buen: tốt bụng
vecino: người láng giềng
al: ở
lado: bên cạnh

Câu tục ngữ này có nghĩa là *Không có người anh em nào bằng một người láng giềng tốt bụng bên cạnh*. Tương đương với câu này, tục ngữ Việt cũng có câu *Bán anh em xa, mua láng giềng gần.* So sánh hai câu tục ngữ này với nhau, ta thấy ý nghĩa của câu tiếng Tây-ban-nha có vẻ nhẹ nhàng hơn; còn câu tiếng Việt dùng đến chữ "mua, bán", xem chừng đặt nặng phần tính toán giữa hai thứ tình cảm huynh đệ và xóm giềng.

CAPÍTULO CUATRO - *CHƯƠNG BỐN*

Actividades diarias

Sinh hoạt hằng ngày

📖 Vocabulario funcional

Từ vựng thực dụng

- Động từ tự phản chỉ sinh hoạt hằng ngày
- Thành ngữ chỉ thời gian

📼 Conversaciones

Đàm thoại

- Một bữa tiệc sinh nhật
- Đi bác sĩ tâm lý

✍ Explicaciones de gramática

Chú thích văn phạm

- Xem đồng hồ
- Động từ thay đổi ngữ căn
- Động từ tự phản
- Các động từ *ir, poner, salir, traer, venir*

📖 Ejercicios de práctica

Bài tập thực hành

☼ Explicación del provebio

Giải thích câu tục ngữ

Proverbio – *Tục ngữ*

Tiempo ni hora no se ata con soga.

Thời giờ ngựa chạy tên bay.

VOCABULARIO FUNCIONAL

TỪ VỰNG THỰC DỤNG

SUSTANTIVOS – *DANH TỪ*

el almuerzo *m*	bữa ăn trưa
la cara *f*	mặt
la cena *f*	bữa ăn tối
el cuarto *m*	khắc (15 phút)
el desayuno *m*	bữa ăn sáng
el día *m*	ngày
el diente *m*	răng
la hora *f*	giờ
la mañana *f*	buổi sáng
la medianoche *f*	nửa đêm
el mediodía *m*	giữa trưa
el minuto *m*	phút
la noche *f*	ban đêm
el pelo *m*	tóc
el reloj *m*	đồng hồ
la ropa *f*	quần áo
el segundo *m*	giây
la tarde *f*	buổi chiều

ADJETIVOS – *TÍNH TỪ*

contento, -a	vui, hài lòng
furioso,-a	tức giận
medio, -a	nửa, rưởi
nervioso, -a	lo lắng, bồn chồn
triste	buồn

ADVERBIOS – *TRẠNG TỪ*

ahora	bây giờ
hoy	hôm nay
tarde	trễ
siempre	luôn luôn
temprano	sớm

VERBOS – *ĐỘNG TỪ*

acostarse (ue) *vr*	đi ngủ
afeitarse *vr*	cạo râu
almorzar (ue) *vi*	ăn trưa
bañarse *vr*	tắm
cenar *vi*	ăn tối
cepillarse *vr*	chải, đánh
comenzar (ie) *vt*	bắt đầu
despertarse (ie) *vr*	thức giấc
dormir (ue) *vi*	ngủ
ducharse *vr*	tắm vòi hoa sen
ir *vi*	đi
jugar (ue) *vt & vi*	chơi đùa
lavarse *vr*	rửa
levantarse *vr*	dậy
llamar *vt & vi*	gọi (điện thoại)
maquillarse *vr*	trang điểm
peinarse *vr*	chải tóc
poner *vt*	đặt, để
ponerse *vr*	mặc vào; trở nên
preparar *vt*	chuẩn bị
quitarse *vr*	cởi ra, lấy đi
salir *vi*	đi ra, rời khỏi
tomar *vt*	lấy, dùng, ăn, uống
trabajar *vi*	làm việc
traer *vt*	mang theo, mang đến
vestirse (i) *vr*	mặc quần áo

EXPRESIONES – *THÀNH NGỮ*

a tiempo	đúng giờ
de nada	không có chi
¡Feliz cumpleaños!	Chúc mừng sinh nhật!
Habla Víctor	Víctor ở đầu dây đây
hacer ejercicio	tập thể dục
Muchas gracias	Cám ơn nhiều
perdón	xin lỗi
por favor	làm ơn
¡Qué bien!	Hay quá!
¿Qué hora es?	Mấy giờ rồi?
¿Qué tal?	Mạnh giỏi không?

CONVERSACIÓN 1
ĐÀM THOẠI 1

UNA FIESTA DE CUMPLEAÑOS
MỘT BỮA TIỆC SINH NHẬT

Víctor ¡Aló! Habla Víctor. ¿Cómo estás, Teresa?
A-lô! Víctor đây. Bạn có khoẻ không, Teresa?

Teresa ¡Ah, Víctor! Estoy bien. ¿Qué tal? ¿No trabajas hoy?
Víctor hả? Tôi khoẻ. Mạnh giỏi chứ? Hôm nay bạn không đi làm à?

Víctor No, hoy es un día especial. Es el cumpleaños de mi mamá.
Không, hôm nay là một ngày đặc biệt. Sinh nhật mẹ tôi đó.

Teresa ¿De veras? ¿Qué haces?
Vậy à? Bạn đang làm gì vậy?

Víctor Preparo una cena muy especial para ella.
Tôi đang chuẩn bị một bữa ăn chiều thật đặc biệt cho mẹ tôi.

Teresa ¿Cena? ¿Qué hora es?
Bữa ăn chiều à? Bây giờ là mấy giờ rồi?

Víctor Son las once de la mañana. La cena comienza a las cinco de la tarde. Todavía es temprano, pero es una cena muy grande y necesito mucho tiempo para la preparación.
Mười một giờ sáng. Bữa cơm chiều sẽ bắt đầu vào lúc năm giờ chiều. Vẫn còn sớm, nhưng đó là một bữa ăn tối thật thịnh soạn nên tôi cần nhiều thời gian để chuẩn bị.

Teresa ¡Qué bien! ¡Feliz cumpleaños a tu mamá!
Hay quá! Chúc mừng sinh nhật mẹ bạn nhé.

Víctor Muchas gracias.
Cám ơn bạn nhiều.

Teresa De nada. ¡Adiós!
Không có chi. Tạm biệt nhé.

EXPLICACIONES DE GRAMÁTICA

CHÚ THÍCH VĂN PHẠM

1. **Xem đồng hồ/*Decir la hora*.** Để nói giờ bằng tiếng Tây-ban-nha, chúng ta dùng động từ ***ser*** ở ngôi thứ ba số ít (cho một giờ) hay số nhiều (cho từ hai giờ trở lên).

   Ví dụ: *Es la una*. (Một giờ)
   Son las dos. (Hai giờ)
   Son las tres. (Ba giờ)

Mạo từ xác định ***la*** và ***las*** được dùng trong cách nói giờ vì ám chỉ đến danh từ ***hora*** (*giờ*) là giống cái. Muốn nói giờ chính xác, ta thêm thành ngữ ***en punto*** vào sau giờ giấc: *Son las cuatro* ***en punto*** (Bốn giờ đúng).

Khi giờ có kèm phút theo, ta dùng liên từ ***y*** giữa giờ và phút:

Ví dụ: *Son las cinco y veinte (minutos).* (Năm giờ mười (phút))
Son las seis y ***quince*** hay là *Son las cinco y* ***cuarto***. (Sáu giờ mười lăm/một khắc)
Son las siete y ***treinta*** hay là *Son las siete y* ***media.*** (Bảy giờ ba mươi/rưỡi)

Nếu số phút vượt quá 30, chúng ta có thể nói đến số giờ kế tiếp, trừ đi số phút còn thiếu:

Thay vì nói *Son las siete y treinta y cinco* (Bảy giờ ba mươi lăm), chúng ta có thể nói:
Son las ocho ***menos*** *veinticinco.* (Tám giờ kém hai mươi lăm)
Hay là *Son veinticinco minutos* ***para*** *la ocho.* (Thiếu hai mươi lăm đầy tám giờ)

Các buổi trong ngày có thể dùng kèm với giờ giấc:

Es la una ***de la madrugada***. (Một giờ sáng)
Son las nueve y media ***de la mañana.*** (Chín giờ rưỡi sáng)
Son las tres menos diez ***de la tarde.*** (Ba giờ kém mười chiều)
Son las diez y cuarto ***de la noche.*** (Mười giờ mười lăm đêm)
Son las doce ***del mediodía*** hay là *Es (el)* ***mediodía.*** (Mười hai giờ trưa/Giữa trưa)
Son las doce ***de la medianoche*** hay là *Es (la)* ***medianoche.*** (Mười hai giờ đêm/Nửa đêm)

Các buổi trong ngày được chia ra theo giờ giấc như sau:

- ***la madrugada*** (*sáng sớm*): từ sau nửa đêm đến 5 giờ sáng.
- ***la mañana*** (*buổi sáng*): từ 5 giờ đến trước 12 giờ trưa.
- ***la tarde*** (*buổi trưa, buổi chiều*): từ sau 12 giờ trưa đến 7 giờ.
- ***la noche*** (*buổi tối, ban đêm*): từ sau 7 giờ đến nửa đêm.

Khi các buổi trong ngày được dùng với giờ giấc, ta dùng giới từ ***de***:

Son las dos **de** *la tarde*. (Hai giờ trưa)

Khi các buổi trong ngày được dùng chung, không có giờ giấc rõ ràng, ta dùng giới từ ***por***:

Trabajamos **por** *la mañana.* (Chúng tôi đi làm vào buổi sáng)

Khi một việc được làm vào một giờ giấc nào đó, ta dùng giới từ ***a***:

Almorzamos **a** *las once y cuarto.* (Chúng tôi ăn trưa vào lúc 11 giờ 15)

Để hỏi giờ, chúng ta nói ***¿Qué hora es?*** và để hỏi giờ giấc của một hành động, ta nói ***¿A qué hora...?***

¿A qué hora desayunas? (Bạn ăn sáng vào lúc mấy giờ?)

2. Động từ thay đổi ngữ căn/*Verbos con cambios radicales.* Một số động từ trong tiếng Tây-ban-nha thay đổi ngữ căn (phần gốc của động từ) *trong thì hiện tại*, do bị ảnh hưởng bởi đặc tính của những nguyên âm từ gốc tiếng La-tinh. Muốn biết động từ nào thay đổi ngữ căn, phải là người nói tiếng mẹ đẻ hay phải biết tiếng La-tinh; còn chúng ta là người học tiếng Tây-ban-nha thì phải nhớ thuộc lòng động từ nào nằm trong nhóm này. Tuy nhiên, thói quen dùng động từ cũng làm cho việc này trở nên dễ dàng hơn.

Động từ thay đổi ngữ căn, đúng ra là *thay đổi nguyên âm* trong ngữ căn ấy. *Nguyên âm thường chỉ thay đổi khi có trọng âm*, còn khi không mang trọng âm thì vẫn giữ nguyên dạng cũ. Trong các động từ làm ví dụ dưới đây, chúng ta sẽ thấy tất cả các ngôi đều thay đổi nguyên âm trong ngữ căn, *ngoại trừ ngôi thứ nhất, số nhiều* (*nosotros*), vì nguyên âm trong ngữ căn của động từ hiện tại của ngôi này *không mang trọng âm*.

Căn cứ vào kiểu mẫu thay đổi của nguyên âm trong ngữ căn, ta có các nhóm sau đây:

a. Nguyên âm của ngữ căn thay đổi từ **E** thành **IE**. Lấy động từ ***comenzar*** (*bắt đầu*) làm ví dụ, chúng ta hãy quan sát cách chia động từ và để ý đến ngôi nào có nguyên âm thay đổi, ngôi nào nguyên âm không thay đổi:

Yo com**ie**nzo	Nosotros com**en**zamos
Tú com**ie**nzas	
Él com**ie**nza	Ellos com**ie**nzan

Một số động từ khác thay đổi ngữ căn theo kiểu mẫu này là ***pensar*** (*suy nghĩ*), ***perder*** (*mất*), ***querer*** (*muốn*), ***mentir*** (*nói dối*), ***preferir*** (*thích hơn*), ***entender*** (*hiểu*), v.v.

b.Nguyên âm của ngữ căn thay đổi từ **E** thành **I**. Lấy động từ ***servir*** (*phục vụ*) làm ví dụ:

Yo s**i**rvo	Nosotros s**e**rvimos
Tú s**i**rves	
Él s**i**rve	Ellos s**i**rven

Một số động từ khác thay đổi ngữ căn theo kiểu mẫu này là ***pedir*** (*xin, hỏi*), ***repetir*** (*lập lại*), ***medir*** (*đo lường*), v.v.

c. Nguyên âm của ngữ căn thay đổi từ **O** thành **UE**. Lấy động từ ***poder*** (*có thể*) làm ví dụ:

Yo p**ue**do	Nosotros p**o**demos
Tú p**ue**des	
Él p**ue**de	Ellos p**ue**den

Một số động từ khác thay đổi ngữ căn theo kiểu mẫu này là ***dormir*** (*ngủ*), ***encontrar*** (*gặp*), ***almorzar*** (*ăn trưa*)***, volver*** (*trở lại*), ***costar*** (*giá*), v.v.

d. Có một động từ duy nhất trong tiếng Tây-ban-nha, động từ ***jugar*** (*chơi đùa*), thay đổi ngữ căn không theo một kiểu mẫu nào cả, đó là từ **U** thành **UE**:

Yo j**ue**go	Nosotros j**u**gamos
Tú j**ue**gas	
Él j**ue**ga	Ellos j**ue**gan

Trong từ điển, một động từ thay đổi ngữ căn có chú thích dạng thay đổi trong ngoặc đơn bên cạnh. Ví dụ: ***pensar (ie), dormir (ue), pedir (i)***, v.v.

Chúng ta để ý thấy các ngôi có nguyên âm trong ngữ căn thay đổi tụ lại thành một nhóm nằm trong khung như trên, còn ngôi *nosotros* không thay đổi ngữ căn, nằm ở ngoài khung. Vì cái khung bao gồm những ngôi thay đổi ngữ căn có hình dạng như một chiếc giày, những động từ thay đổi ngữ căn còn có biệt danh là *động từ giày* để dễ nhớ!

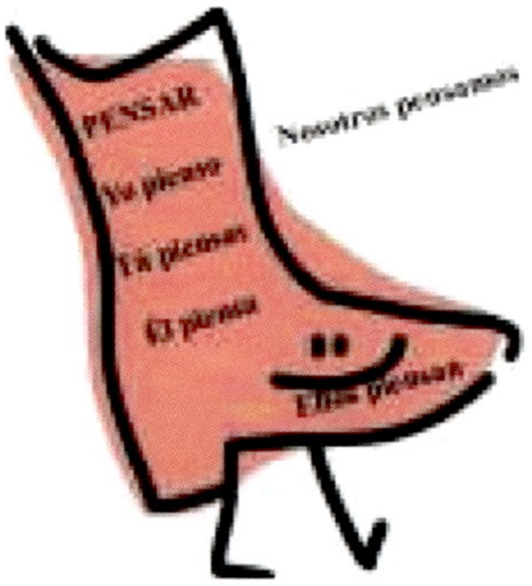

Động từ "giày"!

CONVERSACIÓN 2
ĐÀM THOẠI 2

UNA VISITA A LA PSIQUIATRA
ĐI BÁC SĨ TÂM LÝ

Señora Martín Doctora, yo siempre me siento triste y nerviosa.
Thưa bác sĩ, tôi luôn luôn cảm thấy buồn bã và bồn chồn.

Psiquiatra Señora Martín, necesito su información personal para entender sus problemas, por favor. ¿Cuántas horas duerme usted cada noche?
Thưa bà Martín, tôi cần một số chi tiết cá nhân của bà để hiểu những vấn đề của bà. Mỗi đêm bà ngủ mấy tiếng?

Señora Martín Yo duermo cinco horas cada noche.
Mỗi đêm tôi ngủ năm tiếng.

Psiquiatra Pues no es bastante. ¿Se levanta usted temprano en la mañana?
Vậy thì không đủ rồi. Buổi sáng bà có dậy sớm không?

Señora Martín Yo me levanto a las cinco de la mañana.
Tôi dậy vào lúc năm giờ sáng.

Psiquiatra ¿Y qué hace después?
Rồi sau đó bà làm gì?

Señora Martín Me lavo la cara, me cepillo los dientes, me visto y voy a la oficina.
Tôi rửa mặt, đánh răng, thay quần áo rồi đến sở làm.

Psiquiatra ¿No se ducha? ¿No almuerza? ¿No hace ejercicio?
Bà không tắm vòi sen ư? Bà không ăn sáng à? Bà không tập thể dục sao?

Señora Martín No, doctora.
Thưa bác sĩ, không ạ.

Psiquiatra ¿A qué hora se acuesta usted?
Bà đi ngủ lúc mấy giờ?

Señora Martín Me acuesto a la medianoche.
Tôi đi ngủ vào lúc nửa đêm.

Psiquiatra Señora Martín, ahora yo entiendo por qué usted siempre se siente triste y nerviosa.
Bà Martín à, bây giờ thì tôi đã hiểu vì sao lúc nào bà cũng cảm thấy buồn bã và bồn chồn rồi.

EXPLICACIONES DE GRAMÁTICA

CHÚ THÍCH VĂN PHẠM

1. **Động từ tự phản/*Verbos reflexivos*.** Một số động từ trong tiếng Tây-ban-nha được xếp vào loại *động từ tự phản* vì có kèm theo một đại danh từ túc từ cùng chỉ về một người hay vật như chủ từ. Loại đại danh từ này, vì thế, được gọi là đại danh từ tự phản (*pronombres reflexivos*). Hãy quan sát cách chia một động từ tự phản dưới đây:

BAÑARSE (*tắm rửa*)

Yo **me** baño	Nosotros **nos** bañamos
Tú **te** bañas	
Él **se** baña	Ellos **se** bañan

Nếu phải dịch sát nghĩa một động từ tự phản như ***bañarse*** (*tự tắm rửa*), chúng ta sẽ hiểu là *Tôi tắm cho chính tôi, bạn tắm cho chính bạn, anh ấy tắm cho chính anh ấy,* v.v. Có nhiều động từ tự phản cũng có thể dùng như một động từ bình thường. Ví dụ, ta có thể dùng ***bañar*** (không có đại danh từ tự phản ***se***) với một chủ từ khác với túc từ (không phải cùng một người) như câu sau đây:

Mamá baña a su bebé. (Mẹ tắm cho em bé)

Chúng ta hãy so sánh hai câu này để hiểu rõ hơn:

Papá se despierta a las siete. (Ba thức dậy vào lúc bảy giờ) => Động từ tự phản
Papá despierta a su hijo. (Ba đánh thức cậu con trai dậy) => Động từ bình thường

Để ý thêm, ta sẽ thấy rằng một động từ tự phản ở dạng nguyên mẫu (*infinitivo*) có đại danh từ tự phản ***se*** *gắn vào phía sau* động từ (***bañarse***), còn khi chia với các ngôi, đại danh từ tự phản sẽ *đứng trước động từ đã chia*, và thay đổi theo từng chủ từ tương ứng (*yo **me** baño, tú **te** bañas*, v.v.). Quan sát bảng đối chiếu hai loại đại danh từ này:

		Đại danh từ chủ từ	*Đại danh từ túc từ tự phản*
Số ít	*Ngôi thứ nhất*	**yo**	**me**
	Ngôi thứ hai	**tú**	**te**
	Ngôi thứ ba	**él, ella, usted**	**se**
Số nhiều	*Ngôi thứ nhất*	**nosotros, -as**	**nos**
	Ngôi thứ ba	**ellos, ellas, ustedes**	**se**

2. Động từ bất quy tắc/*Verbos irregulares.* Từ đầu đến giờ, chúng ta gặp đa số là các động từ có quy tắc ở thì hiện tại, chia theo những ngữ căn nhất định và những hậu tố nhất định. Ở phần trên, chúng ta đã làm quen với một dạng bất quy tắc của các động từ thay đổi ngữ căn. Hệ thống động từ tiếng Tây-ban-nha còn nhiều nhóm động từ bất quy tắc nữa. Một điều khích lệ cần biết là rất nhiều động từ bất quy tắc là những động từ dùng khá thường xuyên trong lời nói hằng ngày. Vì vậy, dù có dạng bất quy tắc, những động từ này dần dần sẽ trở thành quen thuộc với bạn trong một thời gian ngắn. Xin giới thiệu một số động từ bất quy tắc ở thì hiện tại chỉ định cách dùng thường xuyên sau đây:

Động từ **IR** (*đi*)		Động từ **PONER** (*đặt, để*)		Động từ **SALIR** (*ra đi, rời khỏi*)	
voy	vamos	pon**go**	ponemos	sal**go**	salimos
vas		pones		sales	
va	van	pone	ponen	sale	salen

Động từ **TRAER** (*mang*)		Động từ **VENIR** (*đến*)	
trai**go**	traemos	ven**go**	venimos
traes		v**ie**nes	
trae	traen	v**ie**ne	v**ie**nen

☞ **Nhận xét:**

- Động từ ***ir*** hoàn toàn bất quy tắc, các ngôi chia không giống gì với nguyên mẫu cả.
- Ba động từ ***poner, salir, traer*** bất quy tắc ở ngôi thứ nhất số ít với hậu tố ***-go***. Những động từ này họp thành một nhóm nhỏ có biệt danh là *động từ **-go*** cho dễ nhớ. Các ngôi còn lại đều chia theo quy tắc.
- Động từ ***venir*** bất quy tắc đến hai lần! Ngôi thứ nhất có ngữ căn bình thường, với hậu tố ***-go***, nhưng các ngôi còn lại (trừ *nosotros*) thì lại thay đổi nguyên âm trong ngữ căn.

EJERCICIOS DE PRÁCTICA

BÀI TẬP THỰC HÀNH

I. ¿Qué hora es?/*Mấy giờ rồi?* Xem những chiếc đồng hồ dưới đây (có kèm theo ***a.m.*** hay ***p.m.*** để chỉ buổi trong ngày) để nói và viết xuống giờ giấc chính xác. *Đối với những giờ giấc nào có hơn một cách nói, hãy thử nói thêm cách khác.*

Modelo/*Câu mẫu*

p.m.

Bạn nói và viết xuống: ***Son las cuatro de la tarde.***

p.m.

a.m

a.m.

1.________________________ 2. ________________________ 3. ________________________

a.m

a.m

p.m.

4. ________________________ 5. ________________________ 6.________________________

II. Una tarjeta postal/*Một tấm bưu thiếp.* Điền vào khoảng trống trong tấm bưu thiếp dưới đây với dạng đúng của động từ trong ngoặc đơn ở *thì hiện tại chỉ định cách*.

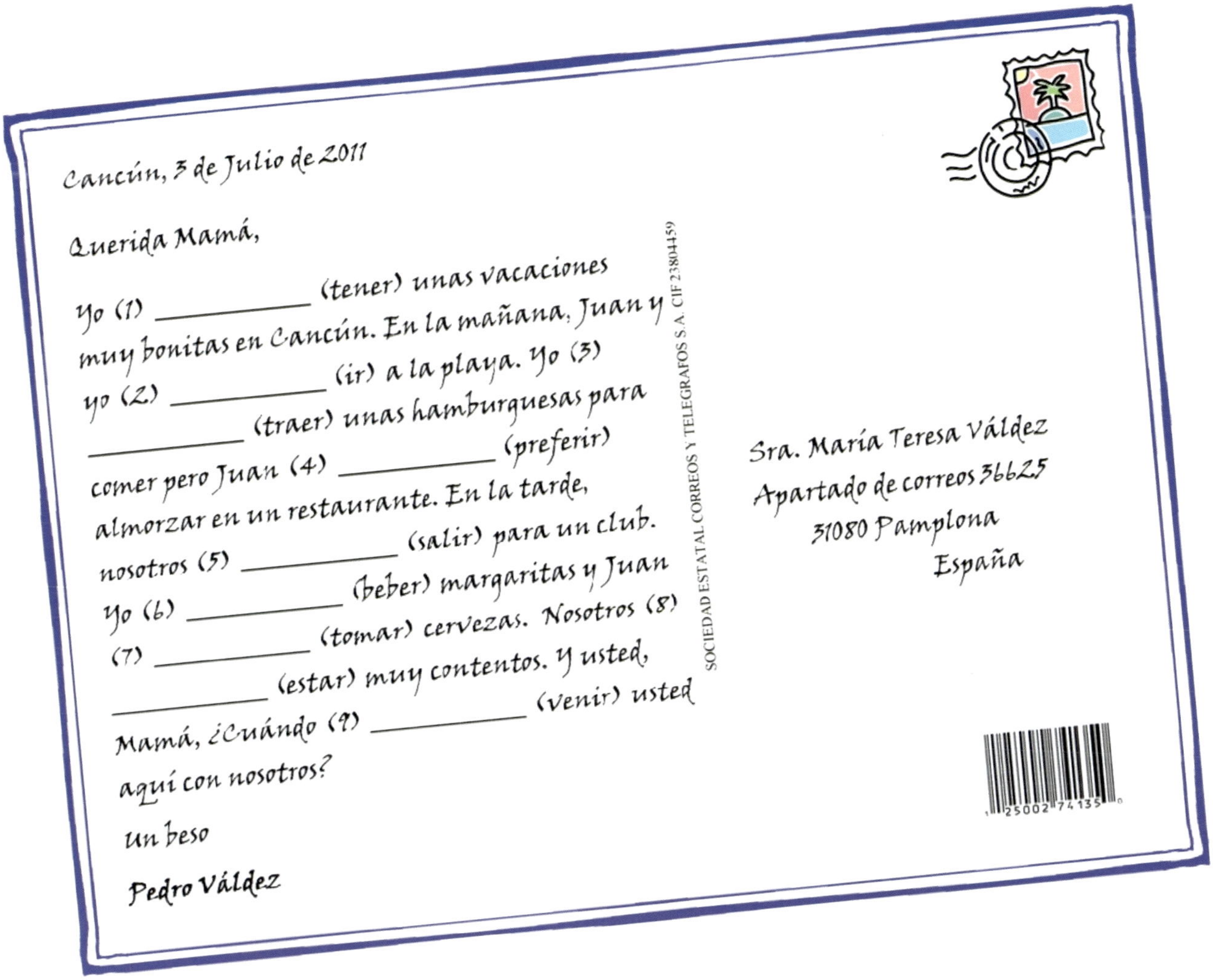

Cancún, 3 de Julio de 2011

Querida Mamá,

Yo (1) ______ (tener) unas vacaciones muy bonitas en Cancún. En la mañana, Juan y yo (2) ______ (ir) a la playa. Yo (3) ______ (traer) unas hamburguesas para comer pero Juan (4) ______ (preferir) almorzar en un restaurante. En la tarde, nosotros (5) ______ (salir) para un club. Yo (6) ______ (beber) margaritas y Juan (7) ______ (tomar) cervezas. Nosotros (8) ______ (estar) muy contentos. Y usted, Mamá, ¿Cuándo (9) ______ (venir) usted aquí con nosotros?

Un beso

Pedro Váldez

SOCIEDAD ESTATAL CORREOS Y TELEGRAFOS S.A. CIF 23804459

Sra. María Teresa Váldez
Apartado de correos 36625
31080 Pamplona
España

III. Actividades diarias/*Sinh hoạt hằng ngày.* Hoàn tất những câu dưới đây dựa vào các bức hình và chủ từ cho sẵn. Chọn những *động từ tự phản* thích hợp trong danh sách và chia cho đúng với chủ từ.

Modelo/*Câu mẫu*  Mi hermano ______ ______________ muy temprano.

Bạn nói và viết xuống: ***se*** ***levanta***

ducharse acostarse afeitarse ponerse maquillarse despertarse vestirse cepillarse

1. Yo ______ ______________ a las nueve y media.

2. Carlos ______ ______________ ahora.

3. Mi papá ______ ______________ lentamente.

4. ¿ ______ ______________ tú muy rápido?

5. Mamá ______ ______________ los dientes.

6. ¿Quién ______ ______________ allá?

7. ¿A qué hora ______ ______________ usted?

8. Nosotros ______ ______________ nueva ropa.

IV. ¿Cómo se dice todo eso en español?/*Nói những điều này bằng tiếng Tây-ban-nha như thế nào?* Nói và viết xuống những câu trong bài đối thoại dựa vào tất cả những điều đã học trong chương này.

Laura Xin lỗi, mấy giờ rồi hở ông? Hôm nay cháu không mang theo đồng hồ.

____

Ông Ba Bây giờ là tám giờ sáng.

____

Laura Cám ơn ông nhiều.

____

Ông Ba Không có chi. Cháu có dậy sớm không?

____

Laura Dạ không, cháu dậy trễ lắm.

____

Ông Ba Buổi tối cháu đi ngủ lúc mấy giờ?

____

Laura Cháu đi ngủ lúc mười một giờ rưỡi đêm.

____

Ông Ba Trễ quá! Cháu có ăn điểm tâm vào buổi sáng không?

____

Laura Dạ có, nhưng cháu không có thì giờ để (*para*) trang điểm.

____

Ông Ba Hiện giờ cháu cảm thấy thế nào?

____

Laura Cháu cảm thấy bồn chồn lắm.

____

EXPLICACIÓN DEL PROVERBIO
GIẢI THÍCH CÂU TỤC NGỮ

- **Tiempo ni hora no se ata con soga.**

tiempo: thời gian	**se:** tự
ni: cũng không	**ata:** trói buộc
hora: thì giờ	**con:** với
no: không	**soga:** dây thừng

Nghĩa đen của câu này là *Thời gian cũng như thì giờ không tự trói buộc bằng dây thừng.* Trong tiếng Việt, chúng ta cũng có câu *Thời giờ ngựa chạy tên bay* với cùng một ý. Cũng cùng nói về đặc tính của thời gian, mỗi thứ tiếng lại diễn tả nội dung bằng những hình ảnh khác nhau. Câu tục ngữ Tây-ban-nha nêu lên tính chất không bị trói buộc của thời gian. Vì thế, thời gian có thể tha hồ trôi đi mà không bị chi phối bởi bất cứ yếu tố nào. Tương phản với câu này, câu tiếng Việt lại dùng phép so sánh để hình dung ra tốc độ của thời gian bằng cách gợi lên hình ảnh của con ngựa chạy nhanh và mũi tên lao vun vút.

CAPÍTULO CINCO - *CHƯƠNG NĂM*
La gastronomía – La comida
Ăn uống – Thực phẩm

📖 Vocabulario funcional
Từ vựng thực dụng

- **Danh từ chỉ thực phẩm**
- **Vật dụng trên bàn ăn**
- **Danh từ chỉ ngôn ngữ**

Conversaciones
Đàm thoại

- **Nói chuyện qua mạng lưới**
- **Một giấc mơ đẹp**

✍ Explicaciones de gramática
Chú thích văn phạm

- **Thì hiện tại tiếp diễn**
- **Động từ *ser* và *estar***
- **Động từ *saber* và *conocer***
- **Giới từ chỉ vị trí**
- **Tính từ chỉ định**

📖 Ejercicios de práctica
Bài tập thực hành

☼ Explicación del provebio
Giải thích câu tục ngữ

Proverbio – *Tục ngữ*

La mejor medicina es la buena comida.

Cơm không rau như đau không thuốc.

VOCABULARIO FUNCIONAL

TỪ VỰNG THỰC DỤNG

SUSTANTIVOS – *DANH TỪ*

el agua *f*	nước
el arroz *m*	cơm
el azúcar *m*	đường
la banana *f*	trái chuối
el camarón *m*	tôm
la carne *f*	thịt
la cerveza *f*	bia
el cerdo *m*	heo
la ensalada *f*	rau trộn, gỏi
los frijoles *m pl*	đậu
la fruta *f*	trái cây
el helado *m*	kem
el huevo *m*	trứng
el jugo *m*	nước trái cây
la res *f*	bò
la leche *f*	sữa
la lechuga *f*	rau xà-lách
el maíz *m*	trái bắp
la mantequilla *f*	bơ
la manzana *f*	trái táo
los mariscos *m pl*	đồ biển
la naranja *f*	trái cam
la papa *f*	khoai tây
el pastel *m*	bánh ngọt
el pollo *m*	gà
el pescado *m*	cá
el pimiento *m*	tiêu
el queso *m*	phô-ma
el refresco *m*	nước ngọt
la sal *f*	muối
la sopa *f*	xúp, canh
el té *m*	trà
las verduras *f pl*	rau cải
el vino *m*	rượu vang
la zanahoria *f*	cà-rốt

la copa *f*	ly (*rượu*)
la cuchara *f*	muỗng
el cuchillo *m*	dao
los palillos *m pl*	đũa
el plato *m*	dĩa
la servilleta *f*	khăn ăn
la taza *f*	tách
el tazón *m*	chén, tô
el tenedor *m*	nĩa
el vaso *m*	ly

el alemán *m*	tiếng Đức
el árabe *m*	tiếng Á-rập
el italiano *m*	tiếng Ý
el portugués *m*	tiếng Bồ-đào-nha
el ruso *m*	tiếng Nga

ADJETIVOS – *TÍNH TỪ*

agrio, -a	chua
delicioso, -a	ngon
dulce	ngọt
picante	cay
salado, -a	mặn

VERBOS – *ĐỘNG TỪ*

bailar *vt & vi*	múa, khiêu vũ
cantar *vt & vi*	hát
esquiar *vi*	trượt tuyết
nadar *vi*	bơi lội
tocar *vt*	chơi (nhạc khí)

EXPRESIONES – *THÀNH NGỮ*

¡Ay, riquísimo!	Chà, ngon quá!
Cómo no	Sao lại không?
¿De veras?	Thật à?

CONVERSACIÓN 1
ĐÀM THOẠI 1

UNA CHARLA EN LÍNEA
NÓI CHUYỆN QUA MẠNG LƯỚI

Pepe ¡Hola, Rosa! ¿Qué estás haciendo?
Chào Rosa! Bạn đang làm gì đó?

Rosa ¿Qué tal, Pepe? Estoy tomando el almuerzo con Raquel. Estoy comiendo una ensalada de pollo y ella está disfrutando una hamburguesa de queso.
Khoẻ không, Pepe? Tôi đang ăn trưa với Raquel. Tôi đang ăn món rau trộn với gà, còn Raquel thì đang thưởng thức bánh mì kẹp phô-ma.

Pepe ¡Ay, riquísimos! Aquí ya es la tarde. Yo estoy en la playa mirando el mar.
Chà, ngon quá vậy! Ở đây đã là buổi chiều rồi. Tôi đang ở bãi biển ngắm biển đây.

Rosa ¡Y también estás usando tu portátil! ¿No estás comiendo nada?
Và bạn còn đang dùng máy tính xách tay nữa! Bạn không ăn gì sao?

Pepe Cómo no. Estoy comiendo papas fritas y bebiendo cerveza.
Sao lại không! Tôi đang ăn khoai chiên và uống bia.

EXPLICACIONES DE GRAMÁTICA

CHÚ THÍCH VĂN PHẠM

1. **Thì hiện tại tiếp diễn/*El presente progresivo.*** Để diễn tả một hành động đang diễn ra ở thì hiện tại, tiếng Tây-ban-nha dùng thì hiện tại của trợ động từ ***estar*** với một hình thức của động từ chính gọi là *gerundio* (hiện tại phân từ). Công thức của thì hiện tại tiếp diễn như sau:

Thì hiện tại tiếp diễn ***El presente progresivo***				
Chủ từ	**+**	**ESTAR** **(*thì hiện tại*)**	**+**	**Động từ chính** **(*Hiện tại phân từ*)**

Juan	está	cantando
Juan	*đang*	*hát*
Yo	estoy	bailando
Tôi	*đang*	*khiêu vũ*

Dạng động từ *gerundio* được thành lập bằng cách lấy ngữ căn của động từ chính (bỏ đi hậu tố nguyên mẫu) ghép với hậu tố ***-ando*** (nếu là động từ tận cùng bằng ***-ar***) hay hậu tố ***-iendo*** (nếu là động từ tận cùng bằng ***-er*** hay ***-ir***).

Ví dụ: ***hablar*** (nguyên mẫu) => ***habl-*** (ngữ căn) + ***-ando*** (hậu tố) = ***hablando***
comer => ***com-*** + ***-iendo*** = ***comiendo***
partir => ***part-*** + ***-iendo*** = ***partiendo***

Khi ngữ căn của động từ tận cùng bằng một nguyên âm, hậu tố ***-iendo*** được đổi thành ***-yendo***:

Ví dụ: ***leer*** *(đọc)* (nguyên mẫu) => ***lee-*** (ngữ căn) + ***-yendo*** (hậu tố) = ***leyendo***
construir *(xây cất)* => ***constru-*** + ***-yendo*** = ***construyendo***

Các động từ tận cùng bằng ***-IR*** có ngữ căn thay đổi ở thì hiện tại cũng thay đổi ngữ căn ở dạng hiện tại phân từ. Trong từ điển, kiểu thay đổi thứ hai này cũng được ghi chú trong ngoặc đơn sau kiểu thay đổi thứ nhất.

Ví dụ: ***pedir*** *(xin, hỏi)* ***(i, i)***
Thì hiện tại: *Yo pido, etc.*
Hiện tại phân từ: pidiendo
dormir *(ngủ)* ***(ue, u)***
Thì hiện tại: Yo duermo, etc.
Hiện tại phân từ: durmiendo

2. Động từ SER và ESTAR. Tiếng Tây-ban-nha dùng hai động từ này tuỳ theo trường hợp. Chú ý các cách dùng của mỗi động từ cùng những ví dụ đi kèm dưới đây.

Động từ SER	Động từ ESTAR
1. Chỉ nghề nghiệp, tên họ *Mi mamá **es** secretaria.* (Mẹ tôi làm thư ký)	**1. Chỉ nơi chốn** *Marcela **está** en la cocina.* (Marcela ở trong bếp)
2. Chỉ đặc tính, bản chất *Fernando **es** muy simpático.* (Fernando rất dễ mến)	**2. Chỉ trạng thái, cảm xúc** ***Estamos** un poco tristes.* (Chúng tôi hơi buồn)
3. Chỉ giờ giấc, ngày tháng *Ya **son** las cinco.* (Đã năm giờ rồi)	**3. Chỉ tình trạng cá nhân** *Ellos **están** casados.* (Họ đã lập gia đình)
4. Chỉ nguồn gốc *¿**Eres** de Guatemala?* (Bạn là người nước Guatemala à?)	**4. Chỉ hành động đang tiếp diễn** *Daniela **está** leyendo un libro.* (Daniela đang đọc sách)

Có nhiều tính từ nếu dùng với ***ser*** thì có một nghĩa,và dùng với ***estar*** lại có nghĩa khác.

Ví dụ: *Lorena **es** muy bonita.* (Lorena rất xinh xắn)
*Lorena **está** muy bonita* (Lorena trông xinh quá)
*Pepito **es** listo.* (Pepito thông minh)
*Pepito **está** listo.* (Pepito đã sẵn sàng)
***Soy** aburrido.* (Tôi đáng chán lắm)
***Estoy** aburrido.* (Tôi cảm thấy chán chường)
*Él **es** nervioso.* (Tính anh ấy hay lo)
*Él **está** nervioso.* (Anh ấy cảm thấy lo lắng)

Pepito es listo

CONVERSACIÓN 2
ĐÀM THOẠI 2

UN DULCE SUEÑO
MỘT GIẤC MƠ ĐẸP

Hương Lan, yo conozco a este muchacho argentino muy guapo. Está a la izquierda en esta foto.
Lan à, mình quen với anh chàng Á-căn-đình này đẹp trai lắm. Anh ấy đứng bên trái trong tấm hình này.

Lan ¿De veras? ¿Cómo es?
Thật à? Anh ta như thế nào?

Hương Es muy talentoso. Además del español, sabe francés e italiano. También sabe cantar y tocar la guitarra.
Anh ấy nhiều tài lắm. Ngoài tiếng Tây-ban-nha ra, anh ấy còn biết tiếng Pháp và tiếng Ý. Anh ấy cũng biết hát và chơi tây-ban-cầm nữa.

Lan Pues, ¿piensas ir a Argentina con él? Debes conocer Buenos Aires.
Vậy bạn có định đi Á-căn-đình với anh ấy không? Bạn nên biết Buenos Aires.

Hương ¡Pero sé que sólo estoy soñando ahora!
Nhưng tôi biết là bây giờ mình đang mơ thôi!

EXPLICACIONES DE GRAMÁTICA

CHÚ THÍCH VĂN PHẠM

1. Động từ SABER và CONOCER. Chúng ta cần biết hai động từ này vì hai lý do: Đây là hai động từ thường dùng và dễ bị lẫn lộn vì cả hai đều có nghĩa là "biết". Trước khi đi vào cách dùng của mỗi động từ, ta hãy xem qua cách chia hai động từ này ở thì hiện tại chỉ định cách vì đây cũng là hai động từ bất quy tắc:

SABER		**CONOCER**	
sé	sabemos	cono**zco**	conocemos
sabes		conoces	
sabe	saben	conoce	conocen

Cách dùng của hai động từ này như sau:

SABER	CONOCER
1. Khả năng làm một chuyện gì *Mi amigo sabe nadar y cantar.* (Bạn tôi biết bơi và hát)	**1. Sự quen biết với người khác** *No conocemos a esa mujer.* (Chúng tôi không biết người đàn bà đó)
2. Khả năng nói một thứ tiếng *¿Sabes alemán?* (Bạn có biết nói tiếng Đức không?)	**2. Sự quen thuộc về một nơi chốn** *Conozco la Ciudad de México muy bien.* (Tôi biết thủ đô Mexico rất rõ)
3. Sự biết được về một dữ kiện hay sự việc *Saben el número de teléfono de Juan.* (Họ biết số điện thoại của Juan)	**3. Sự gặp gỡ ai lần đầu tiên** *Siempre quiero conocer a nueva gente.* (Lúc nào tôi cũng muốn gặp bạn mới)

☞ **Chú ý:**

- ***Saber*** có thể đi với một động từ nguyên mẫu khác, còn ***conocer*** không bao giờ có động từ khác theo sau.
- ***Saber*** được dùng trong loại câu ... *biết rằng...* Ví dụ: *Sabemos que el español es muy popular* (Chúng tôi biết rằng tiếng Tây-ban-nha rất phổ biến).

2. Chữ A chỉ người/ *La A personal*: Động từ ***conocer*** dùng chữ *A* (gọi là *chữ A chỉ người/La A personal*) trước một *túc từ trực tiếp chỉ người*. Ví dụ: *Conozco **a** esa muchacha* (Tôi biết cô gái kia). Khi túc từ trực tiếp chỉ sự vật thì tất nhiên chữ ***A*** chỉ người không được dùng nữa. Ví dụ: *Conozco esa ciudad* (Tôi biết thành phố đó). Không riêng gì với động từ ***conocer***, bất cứ động từ nào có túc từ trực tiếp chỉ người cũng cần đến chữ ***A*** chỉ người này. Chữ ***A*** này không dịch qua tiếng Việt.

Ví dụ: *Invitamos **a** María a la cena*. (Chúng tôi mời María đến dùng cơm tối)
*Tenemos que ayudar **a** este hombre.* (Chúng ta phải giúp người đàn ông này)

Tuy nhiên, nếu túc từ trực tiếp chỉ người *không rõ ràng*, ta lại không dùng chữ ***A*** chỉ người. So sánh hai câu dưới đây:

a. *Nuestra compañía busca una secretaria.* (Công ty chúng tôi đang tìm một người thư ký). Người thư ký này ta chưa biết là ai nên câu nói không dùng chữ ***A*** chỉ người.
b. *Busco **a** la secretaria de esta compañía.* (Tôi kiếm người thư ký của công ty này). Người thư ký này "có thật" nên câu nói có dùng chữ ***A*** chỉ người.

Ngoài ra, nếu một vật thể được *nhân cách hoá*, chúng ta cũng dùng chữ ***A*** chỉ người.

Ví dụ: *Amamos mucho **a** Vietnam.* (Chúng tôi yêu nước Việt Nam lắm)
*¿Ves **a** mi perrito?* (Bạn có thấy con chó nhỏ của tôi không?)

¿Ves a mi perrito?

3. Giới từ chỉ vị trí/*Preposiciones de localización.* Trên đây chúng ta đã học cách dùng động từ ***estar*** để chỉ vị trí và nơi chốn. Để xác định vị trí của người hay vật, chúng ta cần biết một số giới từ thực dụng. Các giới từ này chỉ vị trí của một người hay vật đối với một người hay vật khác.

a la derecha de	bên phải	**detrás de**	sau
a la izquierda de	bên trái	**en**	trên, trong, ở, tại
al lado de	bên cạnh	**en el medio de**	chính giữa
al otro lado de	phía bên kia	**encima de**	trên mặt
alrededor de	chung quanh	**enfrente de**	trước mặt
cerca de	gần	**entre**	giữa
contra	tựa vào	**fuera de**	bên ngoài
debajo de	dưới	**junto a**	ngay bên cạnh
delante de	trước	**lejos de**	xa
dentro de	bên trong	**sobre**	phía trên

Một số ví dụ với giới từ chỉ vị trí:

En esta foto, mi novio está ***a la izquierda*** *de mi mejor amigo.* (Trong bức hình này, bạn trai của tôi đứng bên trái của bạn thân tôi).
El nuevo televisor está ***entre*** *la mesa y la silla.* (Cái truyền hình mới nằm giữa cái bàn và cái ghế bành)
Enfrente de *la universidad está el parque municipal.* (Đối diện trường đại học là công viên thành phố).

☞ **Chú ý:**

- Khi giới từ **a** đứng trước mạo từ **el**, hai chữ này gộp lại thành **al**:

¿Quién está junto ***al*** *padre de Linda?* (Ai ngồi kế bên bố của Linda vậy?)

- Khi giới từ **de** đứng trước mạo từ **el**, hai chữ này gộp lại thành **del:**

Ahora estoy muy lejos ***del*** *centro de la ciudad.* (Hiện giờ tôi ở rất xa trung tâm thành phố)

A + EL = AL
DE + EL = DEL

4. Tính từ chỉ định/*Adjetivos demostrativos*. Tương tự như những tính từ *này, kia* trong tiếng Việt, tiếng Tây-ban-nha cũng có loại tính từ này, dùng để gợi ý niệm về khoảng cách giữa người hay vật được nhắc đến và người đang nói. Có ba loại tính từ chỉ định chỉ khoảng cách *gần*, *xa* và *rất xa*. Cũng như những loại tính từ khác, tính từ chỉ định phải hợp giống và số với danh từ mà chúng đi theo. Bảng tóm tắt dưới đây gồm những tính từ chỉ định kèm theo danh từ để làm ví dụ.

Khoảng cách	*Số ít*		*Số nhiều*	
	Giống đực	*Giống cái*	*Giống đực*	*Giống cái*
Gần	**este** libro *cuốn sách này*	**esta** casa *căn nhà này*	**estos** libros *những cuốn sách này*	**estas** casas *những căn nhà này*
Xa	**ese** libro *cuốn sách đó*	**esa** casa *căn nhà đó*	**esos** libros *những cuốn sách đó*	**esas** casas *những căn nhà đó*
Rất xa	**aquel** libro *cuốn sách kia*	**aquella** casa *căn nhà kia*	**aquellos** libros *những cuốn sách kia*	**aquellas** casas *những căn nhà kia*

*¿De quién es **este** carro?* (Chiếc xe này là của ai?)
***Esos** muchachos son mis amigos.* (Những anh con trai đó là bạn tôi)
*No conozco a **aquellas** niñas.* (Tôi không biết các bé gái kia)

EJERCICIOS DE PRÁCTICA
BÀI TẬP THỰC HÀNH

I. ¿SABER o CONOCER? Trong mẫu đối thoại dưới đây, điền vào chỗ trống bằng dạng đúng của động từ ***saber*** hay ***conocer*** tuỳ theo trường hợp.

Ricardo Felipe, ¿(1) ______________ tú a esa muchacha a la izquierda de la puerta?
Felipe Cómo no. Es Alicia Gómez. Ella (2) ______________ ruso y alemán.
Ricardo ¿(3) ______________ tú dónde vive ella?
Felipe No, pero yo (4) ______________ que Pedro (5) ______________ su número de teléfono.
Ricardo Pedro y tú, ustedes (6) ______________ manejar (*lái xe*), ¿verdad?
Felipe Sí, pero ¿por qué?
Ricardo Es que yo soy un nuevo estudiante aquí. No manejo y no (7) ______________ esta ciudad (*thành phố*) muy bien. Quiero (8) ______________ dónde vive Alicia.
Felipe ¿Y ya quieres (9) ______________ a una muchacha tan bonita como Alicia?

II. ¿Qué están haciendo?/*Họ đang làm gì vậy?* Dùng trợ động từ ***estar*** và dạng *hiện tại phân từ* của động từ chính trong danh sách để hoàn tất các câu diễn tả hành động của những người trong hình dưới đây.

Modelo/*Câu mẫu*

Viviana __________ _______________ por teléfono.

Bạn nói và viết xuống ***está*** ***hablando***

esquiar nadar cantar lavarse bailar tocar

1. Estas personas _______ _______________

2. Yo _______ _____________ en la piscina.

3. ¿Qué _______ _______________ tú ahora?

4. Mi tía _______ _____________ el piano.

5. Nosotras _____ _________ en la montaña.

6. ¿Quién se _____ __________ las manos?

III. SER hay ESTAR? Đọc bức thư sau đây và điền vào chỗ trống bằng dạng đúng của thì hiện tại của ***ser*** hay ***estar*** tuỳ theo trường hợp.

Lima, 5 de septiembre de 2011

Querida Mamá,

¿Cómo (1) ___________ usted? Ahora yo (2) ___________ en la capital de Perú. Yo (3) ___________ escribiendo esta carta en un hotel. Ya (4) ___________ las once de la noche. Perú (5) ___________ un país muy interesante con el sitio histórico Machu Picchu. Mi amigo Juan y yo (6) ___________ contentos aquí. La comida peruana (7) __________ muy deliciosa. Juan (8) __________ de Perú y lo sabe todo de este país. Él (9) __________ un buen amigo. Mañana nosotros (10) _________ en Machu Picchu para tomar fotos. Yo (11) ________ un poco triste porque usted no puede ir con nosotros.

Besitos,

Viet

IV. ¿Dónde están los animales?/*Các con vật ở đâu?* Trong bài tập này, chúng ta sẽ vừa tập cách dùng một số giới từ chỉ vị trí trong danh sách cho sẵn, vừa học tên của một số động vật quen thuộc. Trong bức hình dưới đây, dùng cái giỏ làm điểm mốc *đối với chỗ bạn đang ngồi*, chúng ta sẽ nói và viết xuống những câu đầy đủ bao gồm **chủ từ + động từ ESTAR + giới từ + (*cái giỏ*).** Câu số 1 đã được làm mẫu sẵn cho bạn xem.

a la izquierda de   a la derecha de   dentro de   delante de
detrás de   encima de   sobre   debajo de

1. El mono está lejos de la canasta. (*Con khỉ ở xa cái rổ*)
2. ____.
3. ____.
4. ____.
5. ____.
6. ____.
7. ____.
8. ____.
9. ____.

V. Adjetivos demostrativos/*Tính từ chỉ định.* Dựa vào các bức hình dưới đây để điền vào chỗ trống bằng các dạng thích hợp của tính từ chỉ định cùng danh từ trong bức hình. *Chú ý đến khoảng cách của đồ vật đối với bàn tay đang chỉ.* Câu đầu tiên đã được làm mẫu sẵn cho bạn.

	Gần	*Xa*	*Rất xa*

Bạn nói và viết xuống	1. ____ **esta** ____	____ **copa** ____ contiene vino rojo.	

2. Necesitamos ____________ dos ____________.			

3. ¿Quieres tener ____________ ____________?			

4. ¿De quién son ____________ ____________?			

5. Prefiero ____________ ____________ de té.			

6. ¿Sabe usted usar ____________ ____________?			

VI. ¿Cómo se dice todo esto en español?/*Nói những điều này bằng tiếng Tây-ban-nha như thế nào?* Nói và viết xuống những câu sau đây, dựa vào tất cả những điều đã học trong chương này.

1. Bạn đang làm gì đấy? Làm việc hay ngủ vậy?

 ____
2. Chúng tôi đang múa hát trong nhà của Việt.

 ____
3. Ông bà muốn uống nước cam hay thích bia hơn?

 ____
4. Julieta là cô gái bên cạnh Romeo.

 ____
5. Cái nĩa bên trái của cái dĩa, còn con dao và cái muỗng bên phải của cái dĩa.

 ____
6. Món gỏi tôm thịt này chua và cay quá!

 ____
7. Tôi không quen ông kỹ sư kia nhưng tôi biết ông ấy tên là Antonio García.

 ____
8. Bạn có ăn rau, thịt và uống rượu vang trong bữa ăn tối không?

 ____
9. Những cậu bé đó không uống sữa và không ăn bánh ngọt.

 ____
10. Tôi biết bơi nhưng không biết trượt tuyết.

 ____

Yo estoy haciendo ejercicio y mi esposo está corriendo alrededor del parque.

EXPLICACIÓN DEL PROVERBIO
GIẢI THÍCH CÂU TỤC NGỮ

- **La mejor medicina es la buena comida**
  mejor: tốt nhất
  medicina: thuốc
  buena: ngon miệng
  comida: bữa ăn

"Phương thuốc hay nhất là bữa ăn ngon miệng". Câu tục ngữ này cho rằng sự ăn ngon miệng có thể chữa lành bệnh, không nhất thiết phải là ăn món gì. Tục ngữ Việt Nam cũng có một câu gần với ý này: *Cơm không rau như đau không thuốc.* Câu tiếng Việt cụ thể hơn khi nhắc đến món rau và so sánh sự cần thiết của rau cải trong bữa ăn với sự cần thiết của thuốc để chữa bệnh.

CAPÍTULO SEIS - *CHƯƠNG SÁU*
Las compras - La ropa
Mua sắm - Y phục

Vocabulario funcional
Từ vựng thực dụng

- Danh từ chỉ y phục
- Tính từ chỉ màu sắc, kích thước và phẩm chất

Conversaciones
Đàm thoại

- Trong tiệm bán quần áo
- Nói về khiếu thẩm mỹ và màu sắc

Explicaciones de gramática
Chú thích văn phạm

- Số đếm từ 100 đến 1.000.000
- Số thứ tự
- Đại danh từ túc từ trực tiếp và gián tiếp
- Động từ thuộc loại *gustar*
- Đại danh từ dùng sau giới từ
- Các dạng so sánh

Ejercicios de práctica
Bài tập thực hành

Explicación del provebio
Giải thích câu tục ngữ

Proverbio – *Tục ngữ*

Hay que cortar el traje según el paño.

Đo chân đóng giày.

VOCABULARIO FUNCIONAL

TỪ VỰNG THỰC DỤNG

SUSTANTIVOS – *DANH TỪ*

el abrigo *f*	áo choàng
el algodón *m*	vải bông
la blusa *f*	áo sơ-mi đàn bà
la camisa *f*	áo sơ-mi đàn ông
la camiseta *f*	áo thun
la chaqueta *f*	áo khoác
el cinturón *m*	dây nịt
la corbata *f*	cà-vạt
el cuero *m*	da thú
la falda *f*	váy
la gorra *f*	mũ
la lana *f*	len
las medias *f pl*	vớ
los pantalones *m pl*	quần tây
el pañuelo *m*	khăn quàng
las sandalias *f pl*	dép
la seda *f*	lụa
el sombrero *m*	nón
el suéter *m*	áo len
la talla *f*	cỡ
el traje *m*	bộ quần áo
el vestido *m*	áo đầm
los zapatos *m pl*	giày

ADJETIVOS – *TÍNH TỪ*

ajustado, -a	vừa vặn
amarillo, -a	vàng
anaranjado, -a	cam
apretado, -a	chật
azul	xanh dương
barato, -a	rẻ
blanco, -a	trắng
corto, -a	ngắn
caro, -a	đắt tiền
dorado, -a	vàng nhũ
grande	lớn
gris	xám
largo, -a	dài
marrón	nâu
morado, -a	tím
negro, -a	đen
nuevo, -a	mới
pequeño, -a	nhỏ
plateado, -a	màu bạc
rojo, -a	đỏ
rosado, -a	hồng
suelto, -a	rộng
verde	xanh lá cây
viejo, -a	cũ

VERBOS – *ĐỘNG TỪ*

calzar *vt*	mang (giày)
costar (ue) *vt & vi*	đáng giá
encantar *vi*	yêu thích
gustar *vi*	thích
llevar *vt*	mặc, mang
probarse (ue) *vr*	mặc thử

ADVERBIOS – *TRẠNG TỪ*

bastante	khá, đủ
mucho	nhiều
un poco	hơi, một chút

EXPRESIONES – *THÀNH NGỮ*

de acuerdo	đồng ý
¿De qué color es…?	(Cái này) màu gì?
en mi opinión	theo tôi
¿En qué puedo ayudarle?	Ông/Bà cần gì?
por lo tanto	vì vậy
¿Qué piensas de…?	Bạn nghĩ sao về…?
¿Qué número calza?	Ông mang giày số mấy?
¿Qué talla usa?	Ông/Bà mặc cỡ nào?

CONVERSACIÓN 1
ĐÀM THOẠI 1

EN LA TIENDA DE ROPA
TRONG TIỆM BÁN QUẦN ÁO

Dependienta	Buenas tardes, señora. ¿En qué puedo ayudarle?
Cô bán hàng	*Chào bà. Bà cần gì ạ?*
Sra. Gómez	Buenas tardes. Busco ropa para una fiesta formal, por favor. *Chào cô. Tôi kiếm y phục cho một buổi tiệc trang trọng.*
Dependienta	¿Qué talla usa y qué número de zapato calza usted? *Bà mặc quần áo cỡ nào và mang giày số mấy?*
Sra. Gómez	Uso talla ocho y calzo el número siete. *Tôi mặc cỡ số tám và mang giày số bảy.*
Dependienta	¿Quiere usted probarse este vestido negro y estos zapatos? *Bà muốn thử chiếc áo đầm đen và đôi giày này không?*
Sra. Gómez	¡Ay! Los zapatos están un poco apretados, pero el vestido me queda bien. Quiero tomarlo. *Chà! Đôi giày hơi chật, nhưng cái áo đầm thì vừa với tôi lắm. Tôi muốn lấy nó.*
Dependienta	¿Qué tal este pañuelo rojo? ¿Lo quiere usted? *Còn cái khăn choàng đỏ này thì sao ạ? Bà có muốn nó không?*
Sra. Gómez	¿De qué color es este pañuelo? Creo que es anaranjado, ¿no? ¿Cuánto cuesta? *Cái khăn này màu gì? Tôi tưởng nó là màu cam chứ. Nó bao nhiêu tiền vậy cô?*
Dependienta	Cuesta seiscientos pesos. Bastante caro, pero perfecto para usted. *Nó giá sáu trăm pê-xô. Cũng khá đắt, nhưng thật hợp với bà.*

EXPLICACIONES DE GRAMÁTICA

CHÚ THÍCH VĂN PHẠM

1. **Số đếm từ 101 đến 1.000.000/*Números cardinales de 101 a 1.000.000.***

Trước khi vào chi tiết, cần nhớ lại là trong một chương trước, chúng ta đã học ***cien*** là số 100. Chữ ***cien*** này sẽ trở thành ***ciento*** khi nó có thêm số khác đi theo sau.

Ví dụ: *cien años* (100 năm)
ciento uno (101); *ciento un años* (101 năm)
ciento cincuenta (150)

Từ 200 đến 900, ta thêm số đơn vị trước ***cientos.*** Đặc biệt, ***cientos*** lại trở thành ***cientas*** trước các danh từ giống cái số nhiều. Chú ý đến những số bất quy tắc được in đậm:

doscientos, -as	200	*seiscientos, -as*	600
trescientos, -as	300	***setecientos, -as***	700
cuatrocientos, -as	400	*ochocientos, -as*	800
quinientos, -as	500	***novecientos, -as***	900

So sánh những ví dụ sau đây:

*doscien**tos** sombreros* (200 cái nón) ~ *doscien**tas** camisetas* (200 cái áo thun)
*quinien**tos** tres pares de zapatos* (503 đôi giày) ~ *quinien**tas** tres faldas* (503 cái váy)

Mil là 1.000 (không dùng chữ ***un*** đằng trước). Khi thêm số đơn vị ở trước, ***mil*** vẫn không thay đổi:

mil	1.000
dos mil	2.000
tres mil	3.000, etc.

Năm 2011 là *(El año de) dos mil once.* Biết được các số đếm này, bây giờ chúng ta có thể hỏi và trả lời về năm sinh như sau:

¿En qué año nació usted? (Ông/bà sinh năm nào?)
Yo nací en mil novecientos ochenta y dos. (Tôi sinh năm 1982)

Millón là 1.000.000. Khác với ***mil***, con số này dùng ***un*** phía trước và có dạng số nhiều sau các số đơn vị (thêm ***-es*** vào dạng số ít bỏ đi dấu sắc) :

un millón	1.000.000
dos millones	2.000.000
tres millones	3.000.000, etc.

Giữa số triệu và một danh từ, chúng ta phải dùng giới từ ***de***:

cinco millones ***de*** *dólares* (năm triệu đô-la)

Tuy ít có dịp dùng các số hơn một triệu, chúng ta cũng nên biết thêm những con số lớn sau đây trong tiếng Tây-ban-nha:

mil millones hay *un millar de millones*	một tỷ
dos mil millones hay *dos millares de millones*	hai tỷ
un billón	một ngàn tỷ
seis billones	sáu ngàn tỷ

Muốn hỏi giá tiền một vật gì, chúng ta dùng động từ ***costar*** (là một động từ thay đổi ngữ căn từ **o** thành **ue**):

Ví dụ: *¿Cuánto cuesta esta casa?* (Căn nhà này giá bao nhiêu?)
Esta casa cuesta trescientos mil euros. (Căn nhà này giá 300.000 euros)

2. Số thứ tự/*Números ordinales.* Các số thứ tự thường dùng nhất là từ 1 đến 10.

primero, -a	thứ nhất	**sexto, -a**	thứ sáu
segundo, -a	thứ nhì	**séptimo, -a**	thứ bảy
tercero, -a	thứ ba	**octavo, -a**	thứ tám
cuarto, -a	thứ tư	**noveno, -a**	thứ chín
quinto, -a	thứ năm	**décimo, -a**	thứ mười

Hai tính từ ***primero*** và ***tercero*** bỏ chữ ***-o*** ở cuối khi đứng trước một danh từ giống đực số ít:

el primer hijo (đứa con trai đầu tiên) ~ *la primera hija* (*đứa con gái đầu tiên*)
el tercer día (ngày thứ ba) ~ *la tercera semana* (tuần thứ ba)
el séptimo mes (tháng thứ bảy)
Soy el primero que llegó. (Tôi là người đầu tiên đến)
Lee la décima página de este libro. (Hãy đọc trang thứ mười của cuốn sách này)

3. Đại danh từ làm túc từ trực tiếp và túc từ gián tiếp/*Pronombres de complemento directo e indirecto.* Cho đến nay, chúng ta đã biết được hai loại đại danh từ trong tiếng Tây-ban-nha là *đại danh từ làm chủ từ* (***yo, tú, él**, etc.*) và *đại danh từ túc từ tự phản* (***me, te, se,** etc.*). Phần này sẽ giới thiệu hai loại đại danh từ khác, cũng làm túc từ, nhưng với hai vai trò là *trực tiếp* và *gián tiếp*, lại không giống với chủ từ (nên đối nghịch với loại đại danh từ tự phản).

Theo khái niệm chung, một túc từ trực tiếp thường *bị tác động trực tiếp từ động từ* (ví dụ: *Compro **una nueva falda*** - Tôi mua một cái váy mới), còn một túc từ gián tiếp *chịu ảnh hưởng hay tiếp nhận hành động một cách gián tiếp từ động từ* (ví dụ: *Escribo una carta **a mi amigo*** **–** Tôi viết một bức thư cho bạn tôi).

Nói như vậy chỉ là khái quát, vì có nhiều trường hợp không thể dựa vào khái niệm trên để xác định vai trò của túc từ. Cách hay nhất là quan sát cách dùng của động từ qua giao tiếp, qua sách vở và từ điển. Trong từ điển, động từ nào có ghi chú phía sau là (*vt*) (có nghĩa là 'tha động từ' trong văn phạm tiếng Việt, viết tắt của *verbo transitivo*) thì chúng ta có thể dùng động từ ấy với một túc từ trực tiếp. Nếu ngoài túc từ trực tiếp mà động từ đó còn có thêm một hay hai túc từ khác nữa, thì đó phải là túc từ gián tiếp hay một loại túc từ khác nữa.

Cũng có một số động từ chỉ đi với túc từ gián tiếp mà không cần túc từ trực tiếp. Loại động từ này trong từ điển có ghi chú là (*vi*) (nghĩa là 'tự động từ' trong văn phạm tiếng Việt, viết tắt của *verbo intransitivo*), (ví dụ: *El arte le interesa mucho **a María*** – María rất chú ý đến nghệ thuật). Tóm lại, chúng ta cần dựa vào những đặc điểm nêu trên để dùng động từ với đúng loại túc từ của nó.

Trong các chương trước, chúng ta đã từng thấy các câu có chứa túc từ trực tiếp. Sau đây là vài ví dụ để chúng ta ôn lại (túc từ trực tiếp được in đậm trong câu):

a. *¿Prefiere usted **esta corbata**?* (Anh thích cái cà-vạt này hơn à?)
b. *No conocemos a **tu hermano**.* (Chúng tôi không quen anh của bạn)

Trong hai câu trên, túc từ trực tiếp là một danh từ và vị trí của chúng cũng quen thuộc như trong tiếng Việt. Tuy nhiên, khi một đại danh từ thay thế các danh từ đó thì vị trí của đại danh từ túc từ lại ở chỗ khác. Quan sát hai câu trên với đại danh từ (in đậm) thay thế danh từ:

a. *¿**La** prefiere usted?* (Cô thích nó hơn à?)
b. *No **lo** conocemos.* (Chúng tôi không quen anh ấy)

Chuyện rắc rối đến đây vẫn chưa hết! *Đại danh từ túc từ có hai vị trí khác nhau*: Nó (i) *đứng trước động từ đã chia* và (ii) *đứng sau động từ nguyên mẫu hay hiện tại phân từ*. Quan sát kỹ các ví dụ sau:

a. *Llevo **esta camisa**.* (Tôi mặc cái áo sơ-mi này)
b. ***La** llevo.* (Tôi mặc nó) => Đại danh từ đứng trước *động từ đã chia **llevo***.

c. *Quiero llevar**la.*** (Tôi muốn mặc nó) => Đại danh từ đứng sau (và dính liền với) *động từ nguyên mẫu* ***llevar***.

d. *Estoy llevándo**la.*** (Tôi đang mặc nó) => Đại danh từ đứng sau (và dính liền với) *hiện tại phân từ* ***llevando*** (có thêm dấu sắc khi ghép đại danh từ vào).

Ngoài ra, vì trong hai câu (c) và (d) ở trên có chứa hơn một loại động từ, động từ đã chia (*quiero* và *estoy*), động từ nguyên mẫu (*llevar*) và hiện tại phân từ (*llevando*), ta có thể nói thêm một cách khác bằng cách để đại danh từ túc từ ra phía trước của nó để nhấn mạnh hơn vào túc từ:

a. *Quiero llevar**la*** => ***La** quiero llevar.*
b. *Estoy llevándo**la*** => ***La** estoy llevando.*

Bảng tóm tắt (có đối chiếu với đại danh từ chủ từ):

Đại danh từ chủ từ	*Đại danh từ túc từ trực tiếp*
yo	**me**
tú	**te**
él	**lo**
ella	**la**
usted	**lo, la**
nosotros, -as	**nos**
ellos	**los**
ellas	**las**
ustedes	**los, las**

Như đã nói ở trên, một số động từ, ngoài túc từ trực tiếp, còn có một túc từ gián tiếp (in đậm), như trong hai câu sau đây:

a. *Él escribe cartas **a su mamá.*** (Anh ấy viết thư cho mẹ anh ấy)
b. *Juan **me** da una gorra.* (Juan cho tôi một cái mũ)

Có nhiều động từ chỉ có túc từ gián tiếp mà thôi:

a. *Este traje **te** queda bien.* (Bộ quần áo này vừa với bạn quá)
b. *¿**Le** interesa la moda?* (Cô có để ý đến thời trang không?)

Đại danh từ túc từ gián tiếp cũng có hai vị trí trước và sau động từ tuỳ theo dạng của động từ như đại danh từ túc từ trực tiếp. Đa số những đại danh từ túc từ gián tiếp cũng cùng một dạng như đại danh từ túc từ trực tiếp, chỉ khác có ngôi thứ ba số ít và số nhiều. Quan sát bảng tóm tắt:

Đại danh từ chủ từ	*Đại danh từ túc từ trực tiếp*	*Đại danh từ túc từ gián tiếp*
yo	**me**	**me**
tú	**te**	**te**
él	**lo**	**le**
ella	**la**	**le**
usted	**lo, la**	**le**
nosotros, -as	**nos**	**nos**
ellos	**los**	**les**
ellas	**las**	**les**
ustedes	**los, las**	**les**

Trong tiếng Tây-ban-nha, có khuynh hướng dùng thêm đại danh từ túc từ gián tiếp trong câu, mặc dù câu đó vẫn còn danh từ làm túc từ gián tiếp, làm cho câu nói nghe có vẻ như bị "dư" chữ vậy. Quan sát những ví dụ sau đây:

a. *Yo **le** doy un sombrero **al niño.*** (Tôi cho cậu bé một cái nón). ***Le*** và ***el niño*** cùng chỉ về một người, nhưng người nói tiếng Tây-ban-nha thích dùng cả hai trong câu nói.
b. ***A Pablo le** interesa mucho el arte.* (Pablo rất thích nghệ thuật). ***Pablo*** và ***le*** cũng cùng chỉ về một người.

Bảng tóm tắt dưới đây cho thấy vị trí của một đại danh từ túc từ (bất kể trực tiếp hay gián tiếp) tuỳ theo dạng của động từ:

Vị trí của đại danh từ túc từ			***Ví dụ***
Đại danh từ túc từ	Động từ đã chia		***Los** llevamos.*
	Động từ nguyên mẫu	**Đại danh từ túc từ**	*Queremos llevar**los.***
	Hiện tại phân từ	**Đại danh từ túc từ**	*Estamos llevándo**los**.*

Còn một điểm cuối quan trọng về đại danh từ túc từ nữa: Khi một câu có cả hai loại đại danh từ túc từ dùng chung với nhau, *thông thường túc từ gián tiếp đứng trước túc từ trực tiếp.* Đặc biệt, các đại danh từ túc từ gián tiếp ***le*** và ***les*** sẽ biến thành ***se*** khi đứng trước các đại danh từ túc từ trực tiếp ***lo, la, los, las***.

Ví dụ: *Escribo esta carta a Juan.* => ~~*Le*~~ => ***se** la escribo.*
Les compramos estos zapatos a los niños. => ~~*Les*~~ => ***se** los compramos.*

Ta có thể tóm tắt lại sự biến dạng đặc biệt của hai đại danh từ này như sau:

le **les**	**lo** **la** **los** **las**	**se lo** **se la** **se los** **se las**

CONVERSACIÓN 2
ĐÀM THOẠI 2

ACERCA DE GUSTOS Y DE COLORES
NÓI VỀ KHIẾU THẨM MỸ VÀ MÀU SẮC

Alfredo Gisela, tú siempre estás de moda. ¿Cuál es tu color favorito?
Gisela à, lúc nào bạn cũng hợp thời trang cả. Màu ưa thích của bạn là gì?

Gisela A mí me gusta mucho el verde, pero creo que cada color tiene su carácter.
Tôi thích màu xanh lục lắm, nhưng tôi nghĩ mỗi màu đều có đặc tính riêng.

Alfredo ¿Qué te gusta llevar en general?
Nói chung thì bạn thích mặc đồ gì?

Gisela ¿En general? Cualquier cosa simple, pero me gustan los colores claros.
Nói chung à? Bất cứ cái gì giản dị, nhưng tôi thích những màu nhạt.

Alfredo ¿Qué piensas de los vaqueros?
Bạn nghĩ thế nào về quần jeans?

Gisela Los vaqueros son más convenientes que los pantalones de algodón, pero no son apropiados para ocasiones formales.
Quần jeans tiện dụng hơn là quần vải, nhưng không thích hợp với những dịp trang trọng.

Alfredo Y son menos elegantes que los vestidos, ¿verdad?
Và quần jeans thì lại kém thanh lịch hơn áo đầm, phải không?

Gisela De acuerdo. En mi opinión, los vestidos son el tipo de ropa más femenino.
Đồng ý. Theo tôi, áo đầm là loại y phục nhiều nữ tính nhất.

Alfredo Y creo que las faldas son tan femeninas como los vestidos.
Còn tôi thì nghĩ rằng váy cũng nhiều nữ tính như áo đầm vậy.

EXPLICACIONES DE GRAMÁTICA

CHÚ THÍCH VĂN PHẠM

1. Các động từ thuộc loại GUSTAR/*Verbos del tipo GUSTAR.* Muốn diễn tả ý thích trong tiếng Tây-ban-nha, chúng ta dùng động từ ***gustar*** và một số động từ đồng nghĩa của nó. Tuy nhiên, cách dùng động từ này không giống như trong văn phạm tiếng Việt. Trước hết, chúng ta hãy phân tích văn phạm một câu về ý thích trong tiếng Việt để tiện so sánh:

Ví dụ: *Tôi thích quần tây.*

Trong câu tiếng Việt này, ***tôi*** là *chủ từ* của động từ ***thích***, còn ***quần tây*** là *túc từ trực tiếp* của động từ. Bây giờ, chúng ta hãy quan sát câu nói tương đương với câu này trong tiếng Tây-ban-nha:

Me gustan los pantalones.

Đối với tiếng Việt, câu trên có "văn phạm ngược". Trong câu này, ***me*** (*tôi*) là *túc từ gián tiếp* của động từ ***gustan***, còn ***pantalones*** (*quần*) mới là *chủ từ* của động từ (vì thế nên động từ ***gustan*** mới mang số nhiều như chủ từ ***pantalones***). Hiểu sát nghĩa câu nói này là *"Quần tây làm cho tôi thích"*. Như vậy, chúng ta thấy nhiều khi nói một điều gì bằng một thứ tiếng khác không phải lúc nào cũng là chuyển dịch từng chữ một theo văn phạm của tiếng Việt. Trong rất nhiều trường hợp, chúng ta phải "quên" đi văn phạm của tiếng Việt mà chỉ tuân theo văn phạm của tiếng Tây-ban-nha. Công thức của cách dùng động từ ***gustar,*** vì vậy, là như sau:

Đại danh từ túc từ gián tiếp	+	**GUSTAR** **(*Ngôi thứ ba số ít hay số nhiều*)**	+	**Chủ từ**

Ví dụ:	*Te*	*gusta*	*esta chaqueta.*
	Bạn	thích	cái áo khoác này
	Nos	*gusta*	*llevar ropa de moda.*
	Chúng tôi	thích	mặc quần áo thời trang
	Me	*gustan*	*aquellos pañuelos.*
	Tôi	thích	những cái khăn quàng kia

Trong đa số trường hợp, khi dùng động từ ***gustar*** hay những động từ có cùng cấu trúc, người nói còn dùng thêm một nhóm từ ngữ để nhấn mạnh hoặc làm rõ ai là người được nhắc đến trong câu nói như trong các ví dụ dưới đây (và do vậy câu nói lại có vẻ "dư" chữ):

A mí me gusta esta gorra. (Tôi thích cái mũ này)
A mi hermana le gustan los zapatos de tacón alto. (Chị tôi thích giày cao gót)
A él le gusta este cinturón. (Anh ấy thích cái dây nịt này)
A nosotros nos gusta comprar ropa en esta tienda. (Chúng tôi thích mua quần áo trong tiệm này)

Trong hai nhóm chữ ***a mí*** và ***a él***, có một loại đại danh từ mới mà chúng ta cần biết: *Đại danh từ dùng sau giới từ*. ***A*** là một *giới từ* (preposición) nên theo sau nó chúng ta phải dùng một loại đại danh từ dành riêng cho giới từ (***mí*** và ***él***). Một điều thuận lợi là những đại danh từ dùng sau giới từ này chỉ có hai dạng là mới, còn những dạng còn lại giống hệt như các *đại danh từ chủ từ*. Chúng ta hãy quan sát bảng tóm tắt và đối chiếu dưới đây:

Đại danh từ chủ từ	*Đại danh từ dùng sau giới từ*
yo	**mí**
tú	**ti**
él	**él**
ella	**ella**
usted	**usted**
nosotros, -as	**nosotros, -as**
ellos	**ellos**
ellas	**ellas**
ustedes	**ustedes**

Như vậy, công thức dùng động từ ***gustar*** có thể mở rộng thành:

A + Tên/Đại danh từ dùng sau giới từ + Đại danh từ túc từ gián tiếp + GUSTAR + Chủ từ
(ngôi thứ ba số ít hay số nhiều)

A	*Diego*	*le*	*gusta*	*el suéter.*
	Diego		thích	cái áo len
A	*ti*	*te*	*gustan*	*los abrigos.*
	Bạn		thích	áo choàng
A	*mis papás*	*les*	*gusta*	*cantar.*
	Bố mẹ tôi		thích	hát

Động từ ***gustar*** còn được dùng ở *điều kiện cách* (condicional) là ***gustaría*** trong loại câu hỏi hay yêu cầu lịch sự như trong những câu ví dụ dưới đây:

*Perdón, señor. Me **gustaría** hablar con el director de esta compañía.* (Xin lỗi ông. Tôi muốn nói chuyện với ông giám đốc của công ty này ạ)

*¿Qué les **gustaría** pedir, señoritas?* (Thưa các cô, các cô muốn gọi món gì ạ?)
*Nos **gustaría** una ensalada de camarón y dos copas de vino blanco.* (Chúng tôi muốn một phần gỏi tôm và hai ly rượu vang trắng)

Một số động từ khác cũng dùng với cấu trúc văn phạm như động từ ***gustar*** là ***encantar*** (yêu thích), ***interesar*** (làm chú ý), ***importar*** (quan trọng), ***faltar*** (thiếu), ***parecer*** (có vẻ), ***apetecer*** (muốn), ***quedar*** (thích hợp, vừa), như trong những ví dụ sau:

*Me **encantan** las pinturas de Picasso.* (Tôi rất yêu thích những hoạ phẩm của Picasso).
*A ella le **interesa** mucho la moda.* (Cô ấy rất chú ý đến thời trang)
*¿Prefiere usted una camisa o una camiseta? – No me **importa**.* (Ông thích một cái sơ-mi hay một cái áo thun hơn? – Điều đó không quan trọng đối với tôi)
*Para comprar este traje, todavía te **faltan** cincuenta dólares.* (Để mua được bộ quần áo này, bạn vẫn còn thiếu 50 đô-la nữa)
*¿Qué les **parece** mi nuevo abrigo?* (Các bạn thấy cái áo choàng mới của tôi thế nào?)
*¿Le **apetece** a usted pasear en el parque conmigo ahora?* (Cô có muốn đi dạo trong công viên với tôi bây giờ không?)
*Estos zapatos me **quedan** bien.* (Đôi giày này vừa với tôi lắm)

2. Các dạng so sánh/*Los comparativos.* Sau đây là các dạng so sánh và cách dùng trong tiếng Tây-ban-nha:

a. Dạng so sánh hơn/*La comparación de superioridad.* Đây là dạng so sánh giữa hai người hay vật trong đó người hay vật đầu tiên có một điều gì đó vượt trội người hay vật kia.

Ví dụ: *Para los jóvenes, los vaqueros son **más populares que** los pantalones de algodón.* (Đối với giới trẻ, quần jeans thông dụng hơn quần vải)
*Esteban corre **más rápidamente que** Guillermo.* (Esteban chạy nhanh hơn Guillermo)
*Ángela tiene **más blusas que** su hermanita.* (Ángela có nhiều áo hơn là em gái của mình)

Từ những ví dụ trên đây, ta có thể rút ra công thức của ***dạng so sánh hơn*** như sau:

Chủ từ $_1$ + Động từ + MÁS + { Tính từ / Trạng từ / Danh từ } + QUE + Chủ từ $_2$

Có một số tính từ hay trạng từ có dạng so sánh bất quy tắc thay vì dùng ***más*** phía trước như những tính từ hay trạng từ bình thường:

- *bueno* (tốt, hay, giỏi) => ***mejor*** (tốt hơn, hay hơn, giỏi hơn) (***tính từ***)
- *malo* (xấu, dở) => ***peor*** (xấu hơn, dở hơn) (***tính từ***)
- *joven* (trẻ, nhỏ tuổi) => ***menor*** (nhỏ tuổi hơn) (***tính từ***)
- *viejo* (già, lớn tuổi) => ***mayor*** (lớn tuổi hơn) (***tính từ***)
- *bien* (một cách tốt đẹp) => ***mejor*** (một cách tốt đẹp hơn) (***trạng từ***)
- *mal* (một cách tồi tệ) => ***peor*** (một cách tồi tệ hơn) (***trạng từ***)

Quan sát những ví dụ dưới đây:

Creo que la seda es ***mejor que*** *el algodón.* (Tôi nghĩ rằng lụa tốt hơn vải)
Yo canto mucho ***peor que*** *tú.* (Tôi hát dở hơn bạn nhiều)
Mi papá es ***menor que*** *mi mamá.* (Ba tôi nhỏ tuổi hơn mẹ tôi)
Estos muchachos son ***mayores que*** *esas muchachas.* (Các cậu trai này lớn tuổi hơn các cô gái đó)

b. Dạng so sánh kém/*La comparación de inferioridad.* Dạng so sánh này đối nghịch với dạng trên, nói lên một điều thua kém của người hay vật thứ nhất đối với người hay vật thứ nhì.

Ví dụ: *Mis pantalones son* ***menos largos que*** *tus pantalones.* (Quần của tôi ít dài bằng quần của bạn)
El sombrero es ***menos barato que*** *la gorra.* (Cái nón ít rẻ bằng cái mũ)
Juanita baila ***menos bien que*** *Felicia.* (Juanita múa ít đẹp bằng Felicia)
Compramos ***menos medias que*** *ellas.* (Chúng tôi mua ít vớ hơn các cô ấy)

Những ví dụ trên cho thấy công thức của ***dạng so sánh kém*** cũng tương tự như dạng so sánh hơn, chỉ khác ở chỗ thay vì dùng ***más*** thì chúng ta dùng ***menos*** trước những từ ngữ cần so sánh:

Chủ từ $_1$ + Động từ + MENOS + { Tính từ / Trạng từ / Danh từ } + QUE + Chủ từ $_2$

Nếu theo sau hai chữ ***más*** và ***menos*** phải dùng một con số thì ta thêm vào giữa giới từ ***de***.

Ví dụ: *Tengo* ***más de diez*** *pares de zapatos.* (Tôi có hơn năm đôi giày)

Nos faltan ***menos de cien*** *dólares.* (Chúng tôi còn thiếu dưới 100 đô-la)

c. **Dạng so sánh bằng/*La comparación de igualdad.*** Hai dạng so sánh hơn và kém phía trên không đòi hỏi chúng ta phải phân biệt giữa tính từ, trạng từ và danh từ. Tuy nhiên, với dạng so sánh bằng, chúng ta cần để ý tới điều này. Quan sát các ví dụ dưới đây:
Los zapatos azules están ***tan apretados como*** *los zapatos rojos.* (Đôi giày xanh dương cũng chật như đôi giày đỏ)
Daniel canta ***tan mal como*** *Eloy.* (Daniel hát cũng dở như Eloy)
A mí me falta ***tanto dinero como*** *a ti.* (Tôi cũng thiếu nhiều tiền như bạn)
Necesitas ***tanta paciencia como*** *ella.* (Bạn cần nhiều kiên nhẫn như cô ấy)
Compran ***tantos pañuelos como*** *nosotros.* (Họ mua nhiều khăn quàng như chúng tôi)
Tengo ***tantas faldas*** *como mi hermana.* (Tôi có nhiều váy như chị tôi)

Những ví dụ trên đưa đến công thức của ***dạng so sánh bằng*** là:

Chủ từ $_1$ + Động từ + { TAN + Tính từ/Trạng từ | TANTO, -A, -OS, - AS + Danh từ } + COMO + Chủ từ $_2$

d. **Dạng so sánh cao hay thấp nhất/*El superlativo.*** Dạng so sánh này nói lên một điều gì vượt trội hoặc thấp kém nhất trong ba hoặc nhiều người hay vật *và thường chỉ dùng với tính từ.* Quan sát những ví dụ sau đây:

Ví dụ: *Marisa es* ***la*** *chica* ***más alta de*** *la clase.* (Marisa là cô gái cao nhất trong lớp)
Estas sandalias son ***las menos caras de*** *todas.* (Những đôi dép này ít đắt tiền nhất trong tất cả các đôi dép)
La chaqueta de cuero es ***la más bonita de*** *todas.* (Cái áo khoác bằng da là đẹp nhất trong tất cả các áo khoác)
Viviana es ***la*** *hermana* ***mayor de*** *la familia.* (Viviana là chị cả trong gia đình)
Estas medias de lana son de ***la peor*** *calidad* ***de*** *todo tipo de medias.* (Những đôi vớ len này có phẩm chất tệ nhất trong tất cả các loại vớ)

Dạng so sánh cao hay thấp nhất có công thức tổng quát như sau:

Mạo từ xác định (+ Danh từ) + { MÁS | MENOS } + Tính từ (+ DE + Danh từ/Đại danh từ)
(*El, la, los, las*)

Chú ý: Những thành phần nằm trong ngoặc đơn là những chữ có thể dùng hay không tuỳ theo trường hợp. Những tính từ ***bueno, malo, joven, viejo*** vẫn mang dạng bất quy tắc như trong dạng so sánh hơn (=> ***mejor, peor, menor, mayor***).

e. Dạng so sánh tuyệt đối/*El superlativo absoluto.* Tiếng Tây-ban-nha còn dạng so sánh đặc biệt này nữa. Dạng này nhấn mạnh vào một tính chất hơn hẳn hay kém hẳn của một người hay một sự vật mà không nhất thiết phải so sánh với những người hay vật cụ thể nào khác. Dạng tính từ so sánh tuyệt đối được tạo thành với một hậu tố và thay đổi theo giống và số của danh từ nó đi theo như sau:

Ngữ căn của tính từ + { **-ÍSIMO** / **-ÍSIMA** / **-ÍSIMOS** / **-ÍSIMAS** }

bueno => buen- + ísimo => buenísimo
hay — hay lắm
lindo => lind- + -ísima => lindísima
đẹp — đẹp lắm
rápido => rapid- + -ísimos => rapidísimos
nhanh — nhanh lắm
caro => car- + -ísimas => carísimas
đắt — đắt lắm

Ví dụ: *¡Estas blusas son **lindísimas**!* (Những cái áo này thật là đẹp!)
*¡Esa falda es **cortísima**!* (Cái váy đó ngắn ơi là ngắn!)
*¡Estos pantalones son **grandísimos**!* (Cái quần này to quá!)

¡Estas faldas son cortísimas!

EJERCICIOS DE PRÁCTICA
BÀI TẬP THỰC HÀNH

I. En el banco/*Trong ngân hàng.* Đọc và viết ra bằng chữ các số tiền trong ngoặc đơn trong các câu dưới đây. Làm quen với cách giao dịch trong ngân hàng.

Modelo/*Câu mẫu* Quisiera comprar un cheque de viaje por _______________ (*500*) dólares.
(*Tôi muốn mua một ngân phiếu du lịch giá 500 đô-la*)
Bạn lập lại nguyên câu và điền vào chỗ trống: ***quinientos.***

1. Me gustaría depositar _______________ (*2.000*) dólares en mi cuenta corriente y _______________ (*1.500*) dólares en mi cuenta de ahorros. (*Tôi muốn ký thác 2.000 đô-la vào trương mục ngân phiếu và 1.500 đô-la vào trương mục tiết kiệm của tôi*)
2. Usted tiene un descubierto de _______________ (*356*) dólares en su cuenta corriente. (*Ông đã xài thâm 356 đô-la trong trương mục ngân phiếu của ông rồi)*
3. Quisiera sacar _______________ (*790*) dólares de mi cuenta de crédito, por favor. (*Làm ơn cho tôi rút ra 790 đô-la trong trương mục tín dụng của tôi*)
4. Necesito un refinanciamiento de mi hipoteca. Tengo un préstamo de _______________ (*650.000*) dólares. (*Tôi cần tái tài trợ tiền nhà của tôi. Tôi đang có một món nợ 650.000 đô-la*)
5. Hoy en día nuestro banco ya tiene _______________ (*256.475.000*) de dólares en refinanciamiento hipotecario. (*Hiện nay ngân hàng chúng tôi đã tái tài trợ nhà đất được 256.750.000 đô-la rồi*)

II. Los pronombres de complemento directo/*Đại danh từ túc từ trực tiếp.* Lập lại các câu dưới đây và thay thế những *danh từ làm túc từ trực tiếp* (có gạch dưới) bằng một *đại danh từ túc từ trực tiếp* tương ứng. *Những câu nào có hai vị trí khác nhau của đại danh từ, hãy nói và viết xuống cả hai.*

Modelo/*Câu mẫu* Necesito este sombrero blanco.
Bạn nói và viết xuống ***Lo necesito.***

1. ¿Quién quiere comprar estos zapatos marrón?
____
2. Rosa siempre lleva este traje negro en ocasiones importantes.
____
3. Yo prefiero aquella blusa rosada.
____
4. Hay que poner los suéteres morados aquí.
____
5. ¿Estás mirando esa camiseta amarilla?
____

III. Pronombres de complemento directo e indirecto usados juntos/*Đại danh từ túc từ trực tiếp và gián tiếp dùng chung với nhau.* Lập lại các câu dưới đây và thay thế những danh từ làm túc từ trực tiếp hay gián tiếp (có gạch dưới) bằng những đại danh từ tương ứng. Chữ nào đã là đại danh từ thì giữ nguyên hoặc thay đổi dạng nếu cần thiết. *Những câu nào có hai vị trí khác nhau của đại danh từ, hãy nói và viết xuống cả hai.*

Modelo/*Câu mẫu* a. Quiero comprarle este pañuelo a mi mamá.
*Bạn nói và viết xuống: Quiero comprár**selo.*** Hay là ***Se lo*** *quiero comprar.*
b. ¿Me das esta gorra?
*Bạn nói và viết xuống: ¿**Me la** das?*

1. Yo me pongo el sombrero grande.
____
2. Él se quita los zapatos negros.
____
3. Ella le escribe la carta a su novio.
____
4. Ellos quieren comprarnos estas medias largas.
____
5. Voy a comprarte esas camisas de algodón.
____

IV. ¿Qué les gusta hacer a estas personas?/*Những người này thích làm gì?* Dùng những *động từ* đã biết để hoàn tất những câu dưới đây với động từ ***gustar*** dựa theo các hình ảnh và chủ từ cho sẵn.

Modelo/*Câu mẫu*

A Silvestre _____ ________ ______________

Bạn nói và điền vào ***le*** ***gusta*** ***trabajar***

1. A Yolanda _____ ________ ______________ 2. A mí _____ ________ ______________

3. A ellos _____ ________ ______________ 4. A ustedes _____ ________ ______________

5. A Nina _____ ________ ______________ 6. A papá _____ ________ ______________

¿Qué tipo de ropa les gusta a estas personas?/*Những người này thích loại y phục gì?* Bây giờ, dùng những *danh từ chỉ y phục* trong bảng từ vựng và động từ ***gustar*** dựa theo những hình ảnh và chủ từ cho sẵn để hoàn tất các câu dưới đây. *Chú ý đến chủ từ số nhiều hay số ít.*

Modelo/*Câu mẫu*

A usted _____ ________ ______________

Bạn nói và viết xuống: ***le*** ***gustan*** ***las faldas***

7. A Rita y a mí ____ _______ ___________ 8. A ti _____ ________ _________________

9. A mi mamá ____ _______ ____________ 10. Al hombre _____ ________ _____________

11. A Sofía _____ ________ _____________ 12. A Luis _____ ________ _______________

V. Comparaciones/*Các dạng so sánh.* Dựa vào những hình ảnh về y phục dưới đây để nói và viết xuống những câu có dạng so sánh *của loại y phục thứ nhất đối với loại y phục kia*. Trong câu của bạn phải có *màu sắc* của loại y phục và theo dạng so sánh cùng động từ, tính từ hay danh từ trong ngoặc đơn. *Chú ý đến việc hợp giống, hợp số giữa tính từ và danh từ, cũng như các dạng tính từ so sánh bất quy tắc.*

Modelo/*Câu mẫu*

(*So sánh hơn* - **ser** - **grande**) ____

Bạn nói và viết xuống: ***El sombrero rojo es más grande que el sombrero azul.***

$70.00 **$65.00**

1. (*So sánh kém* - **ser** - **barato**) ____

2. (*So sánh hơn* - **ser** - **bueno**) ____

3. (*So sánh bằng* - **parecer** - **bonito**) ____

4. (*So sánh cao nhất* - **ser** - **pequeño**) ____

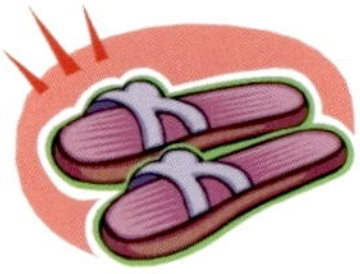

5. (*So sánh tuyệt đối* - **ser** - **caro**) ____

VI. Comparación de personas/*So sánh người.* Cũng theo hình thức trên, bây giờ chúng ta nói và viết xuống những câu so sánh về người. *Lấy người thứ nhất để so sánh với những người kia.*

Lisa tiene dos amigas.

Vicente tiene dos amigas.

1. (*So sánh bằng* - ***tener - amigas***) ____

Raúl

Nancy

2. (*So sánh kém* - ***correr - rápido***) ____

El profesor - 50 años

El arquitecto – 40 años

3. (*So sánh hơn* - ***ser - viejo***) ____

Lorena

Luisa

4. (*So sánh bằng* - ***estar - alto***) ____

Roberto

Tomás

Fernando

5. (*So sánh thấp nhất* - ***ser - guapo***) ____

Lolita

6. (*So sánh tuyệt đối* - ***ser - simpático***) ¡____!

VII. ¿Cómo se dice todo esto en español?/*Nói những điều này bằng tiếng Tây-ban-nha thế nào?* Dựa vào phần từ vựng và chú thích văn phạm của chương này, nói và viết xuống những câu sau đây bằng tiếng Tây-ban-nha.

1. Cái áo đầm màu hồng này giá bao nhiêu?

____

2. Tôi sinh năm một ngàn chín trăm chín mươi hai.

____

3. Đôi giày màu xám này trông đẹp quá! Bạn có muốn mua nó không?

____

4. Bạn mua cái cà-vạt này cho ba của bạn à? Ừ, tôi mua nó cho ông ấy.

____

5. Chúng tôi rất thích áo sơ-mi phụ nữ bằng lụa.

____

6. Bạn tôi thích mặc áo khoác bằng da.

____

7. Tôi không thích những cái khăn choàng màu đỏ này.

____

8. Cái váy màu đen này đắt tiền hơn cái váy màu tím đó.

____

9. Đôi dép lớn này tốt hơn đôi dép nhỏ kia.

____

10. Cái áo len màu xanh lá cây này đẹp hơn hết.

____

¡Estas blusas son lindísimas!

EXPLICACIÓN DEL PROVERBIO
GIẢI THÍCH CÂU TỤC NGỮ

- **Hay que cortar el traje según el paño.**
  hay que: phải
  cortar: cắt
  el traje: bộ quần áo
  según: tuỳ theo
  el paño: vải, vải len

Trong khi tiếng Tây-ban-nha nói *Phải cắt quần áo tuỳ theo tấm vải* thì tiếng Việt lại nói *Đo chân đóng giày.* Về hình thức, hai câu tục ngữ này đều nói về việc ăn mặc, tuy tiếng Tây-ban-nha nói về áo quần và tiếng Việt nhắc đến giày dép. Về nội dung, cả hai cùng nói đến sự hành động tuỳ theo điều kiện và hoàn cảnh sẵn có.

CAPÍTULO SIETE - *CHƯƠNG BẢY*

Los viajes – El tiempo

Du lịch – Thời tiết

📖 Vocabulario funcional
Từ vựng thực dụng

- Ngày trong tuần; tháng; mùa
- Phương tiện giao thông
- Hiện tượng thiên nhiên

📼 Conversaciones
Đàm thoại

- Nghỉ hè ở vùng Trung Mỹ
- Một cuộc điện đàm

✍ Explicaciones de gramática
Chú thích văn phạm

- Thì tương lai
- Thành ngữ bất định và phủ định
- Đại danh từ *SE* dùng không ngôi và thụ động
- Thành ngữ chỉ thời tiết

📖 Ejercicios de práctica
Bài tập thực hành

☼ Explicación del provebio
Giải thích câu tục ngữ

Proverbio – *Tục ngữ*

Comprador veterano compra lo de invierno en verano.

Tích cốc phòng cơ, tích y phòng hàn.

VOCABULARIO FUNCIONAL

TỪ VỰNG THỰC DỤNG

SUSTANTIVOS – *DANH TỪ*

el año *m*	năm
el día *n*	ngày
la estación *f*	mùa
el mes *m*	tháng
la semana *f*	tuần
el viaje *m*	chuyến du lịch
la primavera *f*	mùa xuân
el verano *m*	mùa hè
el otoño *m*	mùa thu
el invierno *m*	mùa đông
el lunes *m*	thứ hai
el martes *m*	thứ ba
el miércoles *m*	thứ tư
el jueves *m*	thứ năm
el viernes *m*	thứ sáu
el sábado *m*	thứ bảy
el domingo *m*	chủ nhật
el enero *m*	tháng một
el febrero *m*	tháng hai
el marzo *m*	tháng ba
el abril *m*	tháng tư
el mayo *m*	tháng năm
el junio *m*	tháng sáu
el julio *m*	tháng bảy
el agosto *m*	tháng tám
el septiembre *m*	tháng chín
el octubre *m*	tháng mười
el noviembre *m*	tháng mười một
el diciembre *m*	tháng mười hai
el calor *m*	sự nóng bức
el fresco *m*	sự mát mẻ
el frío *m*	sự lạnh lẽo
la humedad *f*	sự ẩm ướt
la luna *f*	mặt trăng
la niebla *f*	sương mù
la nube *f*	mây
los relámpagos *m pl*	chớp, tia chớp
el sol *m*	mặt trời
el tiempo *m*	thời gian, thời tiết
la tormenta *f*	bão
las vacaciones *f pl*	kỳ nghỉ
el viento *m*	gió
el autobús *m*	xe buýt
el avión *m*	máy bay
el carro *m*	xe hơi
el crucero *m*	du thuyền
el tren *m*	xe lửa

ADJETIVOS – *TÍNH TỪ*

despejado, -a	quang đãng
lluvioso, -a	có mưa
nublado, -a	có mây
oscuro, -a	tối tăm, âm u

VERBOS – *ĐỘNG TỪ*

llover (ue) *imp*	mưa
lloviznar *imp*	mưa phùn
nevar (ie) *imp*	tuyết rơi
tronar (ue) *imp*	nổi sấm, sấm động
viajar *vi*	du lịch

EXPRESIONES – *THÀNH NGỮ*

Claro que sí	đúng vậy
Es verdad	Đúng vậy
hacer un viaje	đi du lịch
¡No es justo!	Thật là bất công!
No hay de qué	Không có chi
¿Qué tiempo hace?	Thời tiết như thế nào?
tomar unas vacaciones	đi nghỉ (hè)

CONVERSACIÓN 1
ĐÀM THOẠI 1

VACACIONES EN CENTROAMÉRICA
NGHỈ HÈ Ở VÙNG TRUNG MỸ

Emilio Vanessa, ¿Qué vas a hacer durante las vacaciones de primavera?
Vanessa, kỳ nghỉ xuân này bạn sẽ làm gì?

Vanessa Sólo voy a quedarme en casa para relajar. Y tú, ¿vas a ir a alguna parte?
Tôi chỉ ở nhà để nghỉ cho khoẻ. Còn bạn, bạn có định đi đâu không?

Emilio No, las vacaciones sólo duran una semana. Quiero hacer un viaje largo. En julio, mi familia y yo iremos a San José por avión por tres semanas.
Không, kỳ nghỉ chỉ có một tuần. Tôi muốn đi một chuyến dài ngày. Vào tháng bảy, gia đình tôi và tôi sẽ đáp máy bay đi San José trong ba tuần.

Vanessa ¿San José, la capital de Costa Rica? Yo no tengo ninguna oportunidad de visitar Centroamérica.
San José, thủ đô của Costa Rica phải không? Tôi chẳng có cơ hội nào đi thăm vùng Trung Mỹ cả.

Emilio Claro que sí, la capital de San José. Allá, yo veré algunos animales en peligro de extinción como la iguana verde y el guacamayo.
Đúng vậy, thủ đô San José. Ở đó, tôi sẽ xem một số động vật có nguy cơ tuyệt chủng như con kỳ nhông màu xanh lá cây và con vẹt đuôi dài.

Vanessa Tú siempre tienes algo interesante, y yo nunca tengo nada emocionante en mi vida. ¡No es justo!
Lúc nào bạn cũng có một chuyện gì thú vị, còn tôi thì cả đời chẳng có điều gì đáng vui cả. Thật là bất công!

EXPLICACIONES DE GRAMÁTICA

CHÚ THÍCH VĂN PHẠM

1. **Thì tương lai/*El futuro*.** Tiếng Tây-ban-nha dùng hai thì tương lai để diễn tả những hành động sắp làm hay sẽ làm: ***Thì tương lai gần*** (*el futuro inmediato*) và ***thì tương lai đơn*** (*el futuro simple*). Như tên của nó, *thì tương lai gần* chỉ những hành động *sắp diễn ra* hay những *việc dự định làm* trong thời gian ngắn sắp đến. Thì tương lai này được thành lập theo công thức:

Thì tương lai gần ***El futuro inmediato***						
Chủ từ	+	**IR** **(*thì hiện tại*)**	+	**A**	+	**Động từ nguyên mẫu**

Yo	***voy***	***a***	***viajar***
Tôi	sắp		đi du lịch
José	***va***	***a***	***tomar** unas vacaciones*
José	sắp		đi nghỉ mát
Ellos	***van***	***a***	***visitar**nos.*
Họ	sắp		đến thăm chúng tôi

Thì tương lai đơn thường được dùng để chỉ *hành động diễn ra trong thời gian tương đối xa hơn trong tương lai*. Thì tương lai này được thành lập theo công thức:

Thì tương lai đơn ***El futuro simple***		
Chủ từ	**Động từ nguyên mẫu** +	**-é**
		-ás
		-á
		-emos
		-án

Ví dụ: ***Hablar*** => *yo hablaré; tú hablarás; él hablará; nosotros hablaremos; ellos hablarán*

*Marcelo **viajará** a España por avión el próximo mes.* (Tháng sau Marcelo sẽ đi Tây-ban-nha bằng máy bay)

*Leticia y yo **visitaremos** Uruguay a fines del año.* (Leticia và tôi sẽ đi thăm Uruguay vào cuối năm nay)

Estaremos *en España este fin de semana.* (Cuối tuần này chúng tôi sẽ có mặt tại Tây-ban-nha)

Yo ***seré*** *abogado en el futuro.* (Tôi sẽ làm luật sư trong tương lai).

Một số động từ thông dụng có *ngữ căn bất quy tắc* trong thì tương lai đơn. Mười trong số các động từ đó là:

Động từ nguyên mẫu	*Ngữ căn bất quy tắc trong thì tương lai đơn*
decir (*nói*)	**dir-**
hacer (*làm*)	**har-**
haber (*có*)	**habr-**
poder (*có thể*)	**podr-**
poner (*đặt, để*)	**pondr-**
querer (*muốn*)	**querr-**
saber (*biết*)	**sabr-**
tener (*có*)	**tendr-**
venir (*đến*)	**vendr-**

Ví dụ: *Le* ***diré*** *la verdad pronto.* (Tôi sẽ sớm nói sự thật với cô ấy)

¿Qué ***harás*** *durante el verano?* (Bạn sẽ làm gì suốt mùa hè?)

Habrá *una tormenta en la costa la próxima semana.* (Sẽ có một cơn bão ở ven biển vào tuần tới)

Podrán *ustedes ayudarnos con este ejercicio?* (Các bạn có thể giúp chúng tôi làm bài tập này không?)

2. Thành ngữ bất định và phủ định/*Expresiones indefinidas y negativas.* Muốn đề cập đến điều gì, người nào hay sự việc nào một cách khái quát hay muốn phủ định những điều đó, ta phải biết chọn đúng loại thành ngữ và biết cách dùng chúng như thế nào trong câu nói. Trước khi xem qua phần ví dụ, hãy quan sát các thành ngữ ấy được sắp xếp theo từ loại và thể loại như sau:

	Thành ngữ bất định (*dùng trong câu* ***xác định*** *và* ***nghi vấn***)	***Thành ngữ phủ định*** (*Dùng trong câu* ***phủ định*** *và* ***nghi vấn***)
Đại danh từ	**algo** (*cái gì đó, điều gì đó*)	**nada** (*không gì cả*)
	alguien (*ai, người nào đó*)	**nadie** (*không ai cả*)
	alguno, -a (*một điều, một người*)	**ninguno, -a** (*không điều nào, không người nào*)
	algunos, -as (*vài điều, vài người*)	
Tính từ	**algún, alguna** (*...nào đó*)	**ningún, ninguna** (*không...cả*)
	algunos, -as (*vài...*)	
Trạng từ	**siempre** (*luôn luôn*)	**nunca, jamás** (*không bao giờ*)
	también (*cũng vậy*)	**tampoco** (*cũng không*)
Liên từ	**o...o...** (*hoặc là...hoặc là...*)	**ni...ni...** (*không...mà cũng không...*)

Ví dụ: a. *Voy a decirte **algo** importante.* (Tôi sắp tôi với bạn một điều quan trọng)

b. *No tenemos **nada** interesante.* (Chúng tôi chẳng có điều gì thú vị cả)

c. *¿Conoce usted a **alguien** en esta universidad?* (Ông có quen ai trong trường đại học này không?)

d. *No, no conozco a **nadie** aquí.* (Không, tôi không quen ai ở đây cả)

e. ***Alguno** de nosotros va a viajar por tren.* (Một người trong chúng tôi sắp đi du lịch bằng xe lửa)

f. *¿Cuántas personas visitarán el museo? – Sólo **algunas**.* (Bao nhiêu người sẽ đi thăm viện bảo tàng? – Chỉ có vài người thôi)

g. *No tengo **ninguna** clase los lunes y los martes.* (Tôi không có lớp nào vào thứ hai và thứ ba cả)

h. *¿Cuántos dólares tienes? – No tengo **ninguno**.* (Bạn có mấy đô-la? – Một đô tôi cũng không có)

i. *¿Habla Gustavo italiano? Yo **también**.* (Gustavo nói tiếng Ý à? Tôi cũng vậy)

j. *¿No habla Gustavo portugués? Yo **tampoco**.* (Gustavo không nói tiếng Bồ-đào-nha à? Tôi cũng không)

k. *Rita **siempre** hace ejercicio en la mañana pero su hermanita **nunca** lo hace.* (Rita luôn luôn tập thể dục vào buổi sáng nhưng em cô ấy thì không bao giờ tập cả)

l. *Ustedes podrán venir aquí **o** el sábado **o** el domingo porque no estamos aquí **ni** el miércoles **ni** el jueves.* (Các ông bà có thể đến đây hoặc là vào thứ bảy hoặc là vào chủ nhật vì chúng tôi không có ở đây vào thứ tư cũng như vào thứ năm)

Một số điểm cần lưu ý:

- Khi ***alguien*** và ***nadie*** làm *túc từ trực tiếp*, phải dùng chữ ***A*** chỉ người ở trước (*xem câu **c** và **d***).
- Đại danh từ dùng độc lập (*các câu **a,b,c,d,e,f,h***), còn tính từ phải dùng trước một danh từ (*câu **g***).
- Tiếng Tây-ban-nha thường dùng *dạng phủ định kép*, nghĩa là dùng chữ ***không*** hai lần trong một câu mà vẫn có nghĩa phủ định. Chúng ta không thể áp dụng luật ***không với không là có*** ở đây được (*các câu **b,d,g,h***).
- Tuy nhiên, khi các từ ngữ phủ định đứng đầu câu thì ta lại phải bỏ chữ ***no*** đi. So sánh các câu dưới đây:
  a. ***No** lo hago **nunca**.* (Tôi không bao giờ làm chuyện đó cả)
  Câu trên có thể nói lại là ***Nunca** lo hago* mà không dùng chữ ***no*** nữa.
  b. ***No** hablamos ruso **tampoco**.* (Chúng tôi cũng không nói tiếng Nga)
  Câu trên có thể nói lại là ***Tampoco** hablamos ruso* mà không dùng chữ ***no*** nữa.
  c. ***No** visitamos a **nadie**.* (Chúng tôi không thăm ai cả)
  d. ***Nadie** nos visita.* (Không ai thăm chúng tôi cả)

CONVERSACIÓN 2
ĐÀM THOẠI 2

UNA LLAMADA TELEFÓNICA
MỘT CUỘC ĐIỆN ĐÀM

Empleada ¡Aló! Aeroméxico. ¿En qué puedo ayudarle?
A-lô! Đây là Hàng Không Mễ-tây-cơ. Quý vị cần gì ạ?

Carolina ¡Buenos días! Me llamo Carolina. Quisiera conseguir dos pasajes para Bogotá, Colombia. Se dice que hay una rebaja de pasajes en su aerolínea, ¿verdad?
Chào cô. Tôi là Carolina. Tôi muốn mua hai vé đi Bogotá. Tôi nghe nói hãng hàng không có bán vé hạ giá phải không?

Empleada Es verdad. ¿Cuándo va a partir?
Đúng vậy. Khi nào thì cô đi?

Carolina No estoy segura. ¿Qué tiempo hace en Bogotá ahora?
Tôi cũng chưa chắc. Hiện giờ ở Bogotá thời tiết thế nào hở cô?

Empleada Hace sol en este momento No llueve durante este mes, pero en la noche hay niebla a menudo.
Ngay lúc này trời nắng ấm. Tháng này trời không mưa, nhưng buổi tối thường có sương mù.

Carolina Perfecto. ¿Cuánto cuesta un pasaje de clase económica?
Hay lắm. Một cái vé hạng ba giá bao nhiêu vậy cô?

Empleada Eso depende de si hay una escala o no. Con escala, cuesta 4.800 pesos y sin escala, 5.200 pesos.
Điều đó còn tuỳ có ghé lại ở đâu không. Nếu có ghé lại thì giá 4.800 pê-xô, còn không thì 5.200 pê-xô.

Carolina ¿Se venden pasajes de ida y vuelta?
Có bán vé khứ hồi không hở cô?

Empleada Claro que sí. ¿Le gustaría un vuelo nocturno? El precio es un poco más bajo.
Có chứ. Cô có muốn đi chuyến bay đêm không? Giá thấp hơn một chút.

Carolina Tengo que pensar en todo eso y volveré a llamarle pronto. Muchas gracias por su tiempo.
Tôi phải suy nghĩ lại về tất cả những điều này và sẽ gọi lại cho cô ngay. Cám ơn cô đã bỏ thì giờ giúp tôi.

Empleada No hay de qué. Gracias.
Không có chi. Cám ơn cô.

EXPLICACIONES DE GRAMÁTICA

CHÚ THÍCH VĂN PHẠM

1. **Đại danh từ SE dùng không ngôi và thụ động/*El pronombre SE con usos impersonal y pasivo.*** Trong Chương Bốn, chúng ta đã làm quen với đại danh từ ***se*** dùng với các động từ tự phản. Trong phần này, chúng ta sẽ học thêm hai cách dùng của đại danh từ này.

a. Đại danh từ ***se*** được dùng để nói trống không mà không chỉ riêng về một ai. Xem các ví dụ dưới đây:

Se dice *que va a hacer viento esta tarde.* (Người ta nói rằng chiều nay trời sẽ có gió)
Se vive *muy bien en este país.* (Người ta sống rất sung sướng ở nước này)
Se sabe *que el próximo domingo habrá humedad.* (Người ta biết rằng chủ nhật tuần tới trời sẽ ẩm ướt)
Se trabaja *muy duro en esta ciudad.* (Ở thành phố này người ta làm việc rất cực nhọc)

Cách dùng không ngôi của đại danh từ ***se*** được tóm tắt qua công thức sau:

SE + Động từ (+ Trạng từ/Mệnh đề danh từ)
(*ngôi thứ ba số ít*)

b. Khi trong câu nói có một danh từ theo sau một *tha động từ* (verbo transitivo), người ta thường biến câu đó thành một *câu thụ động* dùng với đại danh từ ***se***. Lúc đó, *danh từ đã trở thành chủ từ của câu thụ động* và có ảnh hưởng đến động từ về số ít hay số nhiều. Quan sát các ví dụ dưới đây:

Se venden pasajes *de avión aquí.* (Ở đây có bán vé máy bay)
Se busca una secretaria *bilingüe para trabajar los miércoles y los viernes.* (Tìm một thư ký song ngữ để làm việc vào thứ tư và thứ sáu)
Se compran carros *usados.* (Mua xe cũ)
Se alquila una casa *con tres recámaras y dos baños.* (Cho thuê một căn nhà ba phòng ngủ và hai phòng tắm)

Cách dùng thụ động của đại danh từ ***se*** được tóm tắt qua công thức sau:

SE + Động từ + Chủ từ
(ngôi thứ ba số ít hay số nhiều)

2. Thành ngữ về thời tiết/*Expresiones de tiempo.* Để hỏi về thời tiết, ta nói: ***¿Qué tiempo hace?*** hay ***¿Cómo está el tiempo?*** (Thời tiết như thế nào?).

Các thành ngữ về thời tiết được dùng với *dạng không ngôi* và dùng với *ngôi thứ ba số ít* của ba động từ ***hacer*** (> **hace**), ***haber*** (> **hay**) và ***estar*** (> **está**). Cách dùng của ba động từ này dựa trên văn phạm và thói quen, như được trình bày dưới đây:

a. **Thành ngữ dùng với HACER:** Ngôi thứ ba số ít ***hace*** đi với những danh từ sau:

Động từ không ngôi	*Danh từ*	
HACE	**frío**	Trời lạnh.
	calor	Trời nóng
	fresco	Trời mát mẻ.
	viento	Trời gió.
	sol	Trời nắng.
	buen tiempo	Thời tiết đẹp.
	mal tiempo	Thời tiết xấu.

Năm danh từ đầu tiên đều là giống đực, nên chúng ta có thể nói nhấn mạnh với tính từ giống đực ***mucho*** (*nhiều*) phía trước:

Ví dụ: *Hace **mucho calor***. (Trời rất nóng)
*Hace **mucho viento.*** (Trời có gió mạnh)

Riêng với danh từ ***tiempo***, vì còn có tính từ ***buen(o)*** và ***mal(o)*** phía trước, nên muốn nhấn mạnh chúng ta phải dùng trạng từ ***muy*** (*rất*) phía trước.

Ví dụ: *Hace **muy buen tiempo***. (Trời rất đẹp)
*Hace **muy mal tiempo.*** (Trời rất xấu)

b. **Thành ngữ dùng với HABER:** Ngôi thứ ba số ít ***hay*** đi với những danh từ sau:

Động từ không ngôi	*Danh từ*	
HAY	**sol**	Trời có nắng.
	niebla	Trời có sương mù.
	luna	Trời có trăng.
	relámpagos	Trời có chớp.
	humedad	Trời ẩm ướt.
	nubes	Trời có mây.
	una tormenta	Trời có bão.

c. **Thành ngữ dùng với ESTAR.** Ngôi thứ ba số ít ***está*** đi với những tính từ và hiện tại phân từ sau đây:

Động từ không ngôi	*Tính từ/Hiện tại phân từ*	
ESTÁ	**nublado**	Trời có mây.
	despejado	Trời quang đãng.
	lluvioso	Trời có mưa.
	oscuro	Trời âm u.
	lloviendo	Trời đang mưa.
	lloviznando	Trời đang mưa lâm râm.
	nevando	Tuyết đang rơi.
	tronando	Trời đang nổi sấm.

d. **Các động từ không ngôi chỉ thời tiết.** Ở phần trên, chúng ta đã thấy các động từ không ngôi chỉ thời tiết ***llover, lloviznar, tronar, nevar*** ở dạng *hiện tại phân từ* được dùng với động từ ***estar*** ở *thì hiện tại tiếp diễn* để diễn tả thời tiết đang có. Khi nói chung, chúng ta cũng có thể dùng những động từ này ở *thì hiện tại đơn* ngôi thứ ba số ít. (Để ý là ***llover, tronar*** và ***nevar*** là các động từ *thay đổi ngữ căn* ở thì hiện tại).

Ví dụ: *Nunca **llueve** en esta estación.* (Trời không bao giờ mưa vào mùa này)
*¿**Llovizna** alguna vez aquí en la tarde?* (Ở đây có bao giờ mưa phùn vào buổi chiều không?)
*Tengo mucho miedo cuando **truena**.* (Tôi rất sợ lúc trời nổi sấm)
***Nieva** mucho en el invierno y la primavera en esta región.* (Ở vùng này tuyết rơi nhiều vào mùa đông và mùa xuân)

Tengo mucho miedo cuando truena.

EJERCICIOS DE PRÁCTICA
BÀI TẬP THỰC HÀNH

I. El futuro/*Thì tương lai.* Trong mỗi câu dưới đây, nói và điền vào chỗ trống *hai dạng tương lai* của động từ trong ngoặc đơn: (a) *Thì tương lai gần* và (b) *thì tương lai đơn.*

Modelo/*Câu mẫu* Yo (a) _____ ___ ____________ (***trabajar***) mucho el próximo mes.
(b) _________________

Bạn nói và điền vào: *a.* ***voy a trabajar***
b. trabajaré

1. Miguel (a) _____ ___ ____________ (***visitar***) la capital de Bolivia al final del año.
   (b) ________________
2. ¿Cuándo (a) _____ ___ ____________ (***ir***) tú al aeropuerto?
   (b) ________________
3. Mi hermano y yo (a) _____ ___ ____________ (***venir***) a tu casa este fin de semana.
   (b) ________________
4. ¿(a) _____ ___ ____________ (***poder***) ustedes ayudarnos con este proyecto?
   (b) ________________
5. La señora Gutiérrez (a) _____ ___ ____________ (***tener***) dos pasajes para ir a Cancún.
   (b) ________________
6. Nuestra familia (a) _____ ___ ____________ (***viajar***) en crucero al Caribe.
   (b) ________________
7. Yo (a) _____ ___ ____________ (***tomar***) el tren para ir a las montañas.
   (b) ________________
8. (a) _____ ___ ____________ (***llover***) todo el día de mañana.
   (b) ________________

9. (a) _____ ___ ____________ (***haber***) luna esta noche.
   (b) ________________
10. Ricardo y Elena (a) _____ ___ ____________ (***ser***) guías turísticos para esta compañía de viajes. (b) ________________

II. ¿Qué se hace aquí?/*Người ta làm gì ở đây?* Dùng cấu trúc ***SE*** *không ngôi* hay cấu trúc ***SE*** *thụ động* và những từ ngữ cho sẵn để để nói và viết thành những câu đầy đủ dựa vào các bức hình dưới đây.

Modelo/*Câu mẫu*

(***hablar - español - México***) ____________________________

Bạn nói và viết xuống: ***Se habla español en México.***

(***bailar – el tango - Argentina***)

1. ____________________________

(***usar - palillos - Vietnam***)

2. ____________________________

((***jugar - al fútbol - Brasil***)

3. ____________________________

(***adorar - la tauromaquia - España***)

4. ____________________________

(***ver – muchos indígenas - Perú***)

5. ____________________________

(***hacer - cigarros - Cuba***)

6. ____________________________

III. Expresiones indefinidas y negativas/*Thành ngữ bất định và phủ định.* Việt đang ở phi trường và đang trả lời nhân viên quan thuế. Nói và điền vào các chỗ trống trong mẫu đối thoại dưới đây bằng những thành ngữ bất định hay phủ định thích hợp. Phần dịch tiếng Việt dưới mỗi câu sẽ giúp bạn làm bài này dễ dàng hơn.

Modelo/*Câu mẫu* ¿Tiene usted (a) _______________ inflamable en su bolsa?
Ông có cái gì dễ bắt lửa trong xách tay không?
No, no tengo (b) _______________ inflamable en mi bolsa.
Không, tôi không có cái gì dễ bắt lửa trong xách tay cả.
Bạn nói và điền vào (a) ***algo*** *(b)* ***nada***

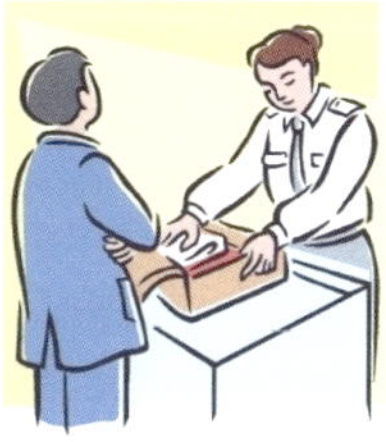

Agente de aduanas ¿Viaja usted con (1) _______________ en su familia?
Ông có đi với ai trong gia đình không?

Việt No, no viajo con (2) _______________ en mi familia.
Không, tôi không đi với ai trong gia đình cả.

Agente de aduanas ¿Hay (3) _______________ artículos cosméticos en esta bolsita?
Có món mỹ phẩm nào trong cái túi nhỏ này không?

Việt Sí, hay (4) _______________, pero no hay (5) _______________ de gran tamaño.
Vâng, có một ít, nhưng không có cái nào cỡ lớn cả.

Agente de aduanas ¿Pone usted (6) _______________ en este compartimiento?
Ông có để cái gì trong ngăn này không?

Việt No, no pongo (7) _______________ en ese compartimiento.
Không, tôi không để cái gì trong ngăn đó cả.

Agente de aduanas ¿Tiene usted (8) _______________ cuchillo en (9) _____________ parte?
Ông có con dao nào ở đâu không?

Việt No, (10) _____________ traigo (11) _____________ cuchillo cuando viajo, pero (12) _____________ traigo un cortaúñas conmigo. ¿Está bien?
Không, tôi không bao giờ mang theo dao khi đi du lịch cả, nhưng tôi luôn luôn mang theo mình một cái cắt móng tay. Có được không cô?

Agente de aduanas No hay (13) _______________ problema. ¿Trae usted (14) _______________ tipo de líquido?
Không sao cả. Ông có mang theo loại chất lỏng nào không?

Việt No, no traigo (15) _______________ líquido (16) _______________.
Không, tôi cũng không mang theo chất lỏng nào cả.

Agente de aduanas Además de sus llaves y su reloj, ¿tiene usted (17) _____________ metálico (18) _________ en sus bolsillos (19) __________ en su cuerpo?
Ngoài chìa khoá và đồng hồ của ông, ông còn có thứ gì bằng kim loại hoặc ở trong túi hoặc ở trên người của ông không?

Việt No, (20) _______________ más.
Không, không có thứ gì nữa.

IV. ¿Qué tiempo hace?/*Thời tiết như thế nào?* Cho biết thời tiết ra sao trong những bức hình sau đây. Dùng từ ngữ thích hợp trong danh sách để hoàn tất các câu nói.

Modelo/*Câu mẫu* ________ mucho ______________ hoy.
Bạn nói và viết xuống: ***Hace*** ***viento***

luna nevando frío llueve sol nublado buen tiempo una tormenta

1. Hace muy ____________________ hoy.

2. Hay _____________________ en la playa.

3. Hace mucho ______________ en la casa.

4. ____________ muy poco en esta estación.

5. Está _______________ en este momento.

6. Hay una _________________ en la costa.

7. Está _______________ en la gran ciudad.

8. Hay _____________________ esta noche.

V. ¿Cómo se dice todo esto en español?/*Nói những điều này bằng tiếng Tây-ban-nha thế nào?* Dựa vào tất cả những điều đã học trong chương này, nói và viết xuống những câu sau đây:

1. Tôi làm việc vào thứ hai, thứ tư và thứ sáu.

    ____

2. Trời rất lạnh vào tháng Mười Hai và tháng Một ở đây.

    ____

3. Chúng tôi sắp đi nghỉ hè ở Hawaii vào tuần tới.

    ____

4. Các anh chị em họ của tôi sẽ đến thăm tôi vào cuối năm nay.

    ____

5. Có chuyến xe buýt nào đi Mexico City vào thứ bảy không?

    ____

6. Anh ấy không muốn làm gì và anh ấy cũng không muốn nói chuyện với ai cả.

    ____

7. Trời đang mưa lâm râm ở thành phố của tôi.

    ____

8. Gia đình của Việt sẽ có bốn vé máy bay đi Panama vào tháng tới.

    ____

9. Một năm có bốn mùa: Xuân, hạ, thu và đông.

    ____

10. Ngày mai sẽ không có nhiều mây vào buổi chiều.

    ____

Se compran carros usados.

EXPLICACIÓN DEL PROVERBIO
GIẢI THÍCH CÂU TỤC NGỮ

- **Comprador veterano compra lo de invierno en verano.**

comprador: người mua	**de:** của
veterano: kỳ cựu	**invierno:** mùa đông
compra: mua	**en:** vào
lo: cái, thứ	**verano:** mùa hè

Câu tục ngữ Tây-ban-nha này, *Người mua hàng có kinh nghiệm thường mua những thứ cho mùa đông vào mùa hè*, nói lên sự lo xa và tính tiết kiệm của người đi mua sắm, vì hàng hoá bán trái mùa thường rẻ hơn là vào đúng mùa. Chúng ta cũng có một câu tục ngữ Hán-Việt gần giống như câu này: *Tích cốc phòng cơ, tích y phòng hàn* (Để dành các loại hạt để phòng khi đói, để dành quần áo để phòng khi lạnh). Tuy nhiên, câu này có tính chất khái quát hơn, không đề cập đến chuyện mua bán mà chỉ nói đến tính lo xa.

CAPÍTULO OCHO - *CHƯƠNG TÁM*

La casa – La salud

Nhà cửa – Sức khoẻ

Vocabulario funcional
Từ vựng thực dụng

- **Nhà cửa – Việc nhà**
- **Từ vựng về sức khoẻ**
- **Thân thể người ta**

Conversaciones
Đàm thoại

- **Một vụ trộm**
- **Ở bệnh xá**

Explicaciones de gramática
Chú thích văn phạm

- **Thì quá khứ hoàn thành**
- **Thì quá khứ bất hoàn**
- **Thì hiện tại phụ thuộc cách**

Ejercicios de práctica
Bài tập thực hành

Explicación del proverbio
Giải thích câu tục ngữ

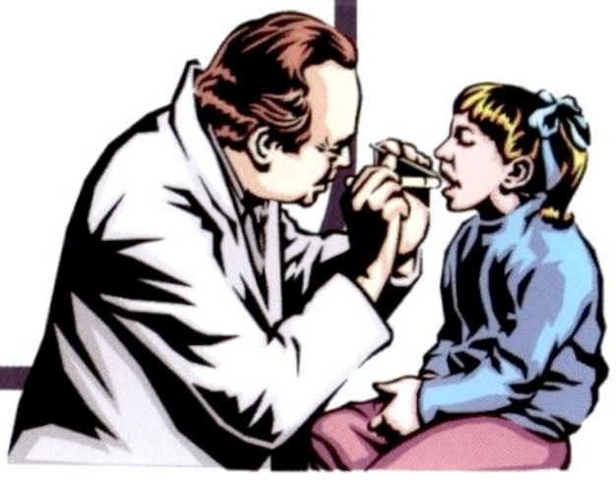

Proverbio – *Tục ngữ*

Las enfermedades llegan a caballo y se van de pie.

Bệnh tăng như núi lở, bệnh đỡ như kéo tơ.

VOCABULARIO FUNCIONAL

TỪ VỰNG THỰC DỤNG

SUSTANTIVOS – *DANH TỪ*

el baño *m* phòng tắm
la cocina *f* nhà bếp
el comedor *m* phòng ăn
el cuarto *m* phòng, phòng ngủ
el dormitorio *m* phòng ngủ
el garaje *m* nhà xe
el jardín *m* vườn
el patio *m* sân, sân sau
la sala *f* phòng khách

la aspiradora *f* máy hút bụi
el basurero *m* thùng rác
la cama *f* giường
la cómoda *f* tủ ngăn kéo
el cuadro *m* bức tranh
la escoba *f* cây chổi
el estante *m* kệ sách
la lámpara *f* đèn
la lavadora *f* máy giặt
el lavaplatos *m* máy rửa chén
la mesa *f* bàn
los muebles *m pl* bàn ghế
la plancha *f* bàn ủi
la secadora *f* máy sấy
la silla *f* ghế
el sillón *m* ghế bành

la boca *f* miệng
el brazo *m* cánh tay
la cabeza *f* đầu
el corazón *m* tim
el dedo *m* ngón tay
el diente *m* răng
la espalda *f* vai
el estómago *m* bao tử
la lengua *f* lưỡi
la mano *f* bàn tay
la nariz *f* mũi
el oído *m* lỗ tai
la oreja *f* tai, vành tai
el pecho *m* ngực
el pie *m* bàn chân
la pierna *f* cẳng chân
la rodilla *f* đầu gối

VERBOS – *ĐỘNG TỪ*

doler (ue) *vi* đau, nhức
lastimarse *vr* bị thương
mejorarse *vr* hồi phục
romperse *vr* bị gẫy
torcerse (ue) *vr* bị trặc
toser *vi* ho

EXPRESIONES - *THÀNH NGỮ*

barrer el piso quét nhà
hacer la cama làm giường
lavar los platos rửa chén
lavar la ropa giặt quần áo
limpiar la casa lau chùi nhà cửa
pasar la aspiradora hút bụi
planchar (la ropa) ủi (quần áo)
poner la mesa bày bàn ăn
quitar la mesa dọn bàn ăn
sacar la basura đổ rác
sacudir el polvo quét bụi
secar la ropa sấy quần áo

estar resfriado, -a bị cảm
tener alergia (a) dị ứng (với)
tener dolor de cabeza nhức đầu
tener dolor de garganta đau cổ họng
tener dolor de muelas nhức răng
tener fiebre bị sốt
tener gripe/estar con gripe bị cúm

CONVERSACIÓN 1
ĐÀM THOẠI 1

UN ROBO
MỘT VỤ TRỘM

UNA INVESTIGACIÓN DE POLICÍA
MỘT CUỘC ĐIỀU TRA CỦA CẢNH SÁT

Policía Rosa, ¿a qué hora ocurrió el robo anoche?
Cô Rosa, tối hôm qua vụ trộm xảy ra lúc mấy giờ?

Rosa Eran las once cuando yo oí un ruido en la cocina.
Lúc 11 giờ tôi nghe có tiếng động trong nhà bếp.

Policía ¿Dónde estabas tú en ese momento?
Lúc đó cô đang ở đâu?

Rosa Estaba en mi cama.
Tôi đang nằm trên giường.

Policía ¿Y qué hiciste después?
Rồi sau đó cô làm gì?

Rosa Fui a la cocina pero no vi a nadie allá.
Tôi đi xuống bếp nhưng không thấy ai ở đó cả.

Policía ¿Fuiste a otros cuartos en el apartamento?
Cô có đi qua các phòng khác trong nhà không?

Rosa Sí, y mientras entraba en la sala, un hombre salió corriendo delante de mí. Casi morí del espanto.
Dạ có, và khi tôi đang bước vào phòng khách thì một người đàn ông chạy ra trước mặt tôi. Tôi suýt chết vì hoảng hồn.

Policía ¿Faltaron muchos objetos en el apartamento?
Trong nhà có mất nhiều thứ không?

Rosa El ladrón tomó una lámpara y dos cuadros. ¡Qué lástima!
Tên trộm lấy mất một cái đèn và hai bức tranh. Thật là uổng!

Policía Gracias por su información.
Cám ơn cô đã cho biết chi tiết.

EXPLICACIONES DE GRAMÁTICA

CHÚ THÍCH VĂN PHẠM

1. **Thì quá khứ hoàn thành/*El pretérito.*** Tiếng Tây-ban-nha có hai thì quá khứ chính và *thì quá khứ hoàn thành* là một trong hai thì đó. Thì quá khứ này dùng để chỉ những *hành động đã xảy ra ở một thời điểm nhất định trong quá khứ*. Thì này có *hai nhóm hậu tố* dành cho *ba nhóm động từ* như sau:

Hậu tố của động từ ở thì quá khứ hoàn thành	
Động từ tận cùng bằng -ar	***Động từ tận cùng bằng -er và -ir***
-é -amos **-aste** **-ó -aron**	**-í -imos** **-iste** **-ió -ieron**

a. Nếu động từ có quy tắc, chúng ta chỉ việc lấy ngữ căn của động từ đó và gắn vào với một hậu tố tương ứng với chủ từ.

Ví dụ: *trabajar => **trabaj-** => trabaj**é**, trabaj**aste**, trabaj**ó**, trabaj**amos**, trabaj**aron**.*
*comer => **com-** => com**í**, com**iste**, com**ió**, com**imos**, com**ieron**.*

Chúng ta để ý thấy ngôi *nosotros* có dạng động từ quá khứ giống như dạng động từ hiện tại. Ngữ cảnh trong câu sẽ cho chúng ta biết dạng đó là thuộc thì nào.

Ví dụ: *<u>Todos los días</u> **trabajamos** a las siete pero <u>ayer</u> **trabajamos** a las ocho.* (Hằng ngày chúng tôi làm việc lúc bảy giờ nhưng hôm qua chúng tôi làm lúc tám giờ)

b. Các động từ tận cùng bằng ***-car, -gar*** hay ***-zar*** có thay đổi về chính tả với ngôi ***yo***:

Ví dụ: *to**car** => yo to**qué** el piano anoche.* (Tối hôm qua tôi chơi đàn piano)
*ju**gar** => Yo ju**gué** al fútbol con los niños.* (Tôi chơi đá banh với các em)
*empe**zar** =>Yo empe**cé** a aprender español el mes pasado.* (Tôi bắt đầu học tiếng Tây-ban-nha vào tháng trước)

c. Các động từ tận cùng bằng ***-er*** và ***-ir*** có ngữ căn *chấm dứt bằng một nguyên âm* sẽ dùng các hậu tố ***-yó*** và ***-yeron*** thay vì ***-ió*** và ***-ieron***:

Ví dụ: *leer => **le-** => él le**yó** una novela ayer por la tarde.* (Chiều hôm qua anh ấy đọc một cuốn tiểu thuyết)
*construir => constr**u**- => Ellos constru**yeron** esta casa hace muchos años.* (Họ xây căn nhà này cách đây nhiều năm)

d. Các động từ tận cùng bằng ***-ir*** *có thay đổi ngữ căn ở thì hiện tại* cũng thay đổi ngữ căn ở thì quá khứ, *nhưng chỉ ở ngôi thứ ba số ít và số nhiều*. Dạng thay đổi có khi giống ở hiện tại, có khi khác. Chúng ta cần để ý dạng thay đổi ngữ căn của những động từ này bằng cách nhìn vào những nguyên âm đi theo trong ngoặc đơn.

Lấy một ví dụ với động từ ***dormir (ue, u)***. Chú thích trong ngoặc đơn có nghĩa là động từ ***dormir*** thay đổi nguyên âm trong ngữ căn từ ***o*** thành ***ue*** trong thì hiện tại, và từ ***o*** thành ***u*** trong thì quá khứ.

Ví dụ: *dormir => él d**ue**rme* (thì hiện tại) và *él d**u**rmió* (thì quá khứ)

Còn ***pedir (i, i)*** chẳng hạn, ở cả hai thì đều có nguyên âm trong ngữ căn thay đổi giống nhau.

Ví dụ: *pedir => él p**i**de* (thì hiện tại) và *él p**i**dió* (thì quá khứ)

Chúng ta hãy xem ba động từ tiêu biểu ở tất cả các ngôi trong thì quá khứ hoàn thành:

DORMIR (ue, u)		**PREFERIR (ie, i)**		**PEDIR (i, i)**	
dormí	dormimos	preferí	preferimos	pedí	pedimos
dormiste		preferiste		pediste	
d**u**rmió	d**u**rmieron	pref**i**rió	pref**i**rieron	p**i**dió	p**i**dieron

e. Hai động từ ***ser*** và ***ir*** rất đặc biệt vì cùng bất quy tắc và *cùng chung các dạng quá khứ*, và chỉ có thể phân biệt trong ngữ cảnh mà thôi.

SER / IR	
fui	fuimos
fuiste	
fue	fueron

Ví dụ: *¿**Fuiste** tú quien llamó a la puerta anoche?* (Có phải bạn là người kêu cửa hồi hôm không?)
*¿**Fuiste** tú a la fiesta de cumpleaños de María ayer?* (Bạn có đi dự tiệc sinh nhật của María hôm qua không?)

¿Fuiste tú quien llamó a la puerta anoche?

f. Một số động từ thông dụng có *ngữ căn bất quy tắc* và đi với một *nhóm hậu tố bất quy tắc* riêng ở thì quá khứ hoàn thành. Một số những động từ đó và nhóm hậu tố tương ứng là:

Động từ nguyên mẫu	*Ngữ căn quá khứ bất quy tắc*
estar	**estuv-**
decir	**dij-**
poder	**pud-**
poner	**pus-**
querer	**quis-**
saber	**sup-**
conducir	**conduj-**
venir	**vin-**

Hậu tố quá khứ bất quy tắc	
-e	**-imos**
-iste	
-o	**-(i)eron**

Chú ý: Động từ nào có ngữ căn bất quy tắc tận cùng bằng ***-j*** thì đi với hậu tố ***-eron*** thay vì ***-ieron***. So sánh các dạng động từ sau:

*estar => estuv- => estuv**ieron**; poner => pus- => pus**ieron***
*decir => dij- => dij**eron**; conducir => conduj- => conduj**eron***

Quan sát một số ví dụ với những động từ bất quy tắc này:

a. *Dónde **estuvo** usted ayer?* (Hôm qua anh ở đâu?)
b. *Perdón, ¿qué **dijiste**?* (Xin lỗi, bạn vừa nói gì vậy?)
c. *Alguien ya **puso** la mesa.* (Có người đã bày bàn ăn rồi)
d. *No **pudieron** sacar la basura anoche.* (Tối hôm qua họ không đổ rác được)
e. *Ella no **quiso** quitar la mesa después de la cena.* (Cô ấy không chịu dọn bàn sau bữa ăn tối)
f. *Anteayer **supe** que Adán no **vino** a la fiesta de su novia.* (Hôm kia tôi tình cờ biết được là Adán không đến bữa tiệc sinh nhật của bạn gái anh ấy)
g. *Ayer por la mañana **condujeron** por cuatro horas sin parar.* (Hôm qua họ lái xe bốn giờ liền không nghỉ)

Ayer por la mañana condujeron por cuatro horas sin parar.

2. Thì quá khứ bất hoàn/*El imperfecto.* Thì quá khứ thứ hai tương phản với thì quá khứ hoàn thành là *thì quá khứ bất hoàn.* Nói chung, thì quá khứ này diễn tả những hành động trong quá khứ nhưng *không nhấn mạnh vào thời gian xảy ra* hay cho thấy những hành động đó bắt đầu hay chấm dứt một cách rõ ràng vào lúc nào. Trái với thì quá khứ hoàn thành, thì quá khứ bất hoàn là một thì dễ nhớ về mặt hình thức vì *chỉ có ba động từ bất quy tắc*, còn tất cả các động từ còn lại đều có quy tắc cả. Các động từ có quy tắc chia nhau hai nhóm hậu tố sau đây:

Hậu tố của động từ ở thì quá khứ bất hoàn			
*Động từ tận cùng bằng **-ar***		*Động từ tận cùng bằng **-er** và **-ir***	
-aba	**-ábamos**	**-ía**	**-íamos**
-aste		**-ías**	
-aba	**-aban**	**-ía**	**-ían**

Ví dụ: *lavar => **lav-** => lav**aba**, lav**abas**, lav**aba**, lav**ábamos**, lav**aban***
*barrer => **barr-** => barr**ía**, barr**ías**, barr**ía**, barr**íamos**, barr**ían***
*sacudir => **sacud- =>** sacud**ía**, sacud**ías**, sacud**ía**, sacud**íamos**, sacud**ían***

Ba động từ bất quy tắc ở thì quá khứ bất hoàn là:

SER (là)		**IR (đi)**		**VER (thấy)**	
era	éramos	iba	íbamos	veía	veíamos
eras		ibas		veías	
era	eran	iba	iban	veía	veían

Thì quá khứ bất hoàn được dùng trong những trường hợp sau:

a. Nói về *tuổi tác* trong quá khứ:

Ví dụ: *Ese año, yo **tenía** veinte años.* (Năm đó tôi được 20 tuổi)

b. Chỉ *giờ giấc* trong quá khứ:

Ví dụ: ***Eran** las dos de la madrugada.* (Lúc đó là hai giờ sáng)

c. *Miêu tả* người, vật, cảnh vật hay sự việc trong quá khứ:

Ví dụ: *Mi abuela **era** pequeña y baja.* (Bà ngoại tôi dáng người thấp bé)
***Había** mucha gente en ese momento.* (Lúc ấy có rất đông người)

Hacía mucho calor aquella tarde. (Buổi chiều hôm ấy trời nóng bức)

d. Miêu tả *thói quen* hay *việc thường xảy ra* trong quá khứ:

Ví dụ: ***Nadábamos** en el mar todos los fines de semana.* (Cuối tuần nào chúng tôi cũng tắm biển)
*Cada mes **nos reuníamos** para discutir las actividades del club.* (Mỗi tháng chúng tôi họp lại với nhau để thảo luận về sinh hoạt của câu lạc bộ.)

3. Đối chiếu cách dùng của thì quá khứ hoàn thành và thì quá khứ bất hoàn. Trong khi kể lại một sự việc xảy ra trong quá khứ, chúng ta phải dùng cả hai thì quá khứ xen lẫn với nhau tuỳ theo trường hợp và ý muốn diễn tả. Bảng tóm tắt dưới đây cho thấy cách dùng và ví dụ của hai thì quá khứ này.

Thì quá khứ hoàn thành ***El pretérito***	**Thì quá khứ bất hoàn** ***El imperfecto***
1. Nhấn mạnh vào một hành động hay tình trạng *đã hoàn tất*: *Ayer yo **limpié** el piso antes de acostarme.* (Hôm qua tôi lau chùi nền nhà trước khi đi ngủ)	**1. Nhấn mạnh vào một hành động hay tình trạng *đang diễn ra*:** *A las tres **estábamos** lavando la ropa.* (Vào lúc ba giờ chúng tôi đang giặt quần áo)
2. Kể ra một loạt hành động hay tình trạng *diễn ra liên tiếp nhau*: *Primero **hice** la cama, luego **barré** el piso y finalmente **lavé** los platos.* (Đầu tiên tôi làm giường, đoạn tôi quét nhà và cuối cùng tôi rửa chén bát)	**2. Kể ra các hành động hay tình trạng đang *diễn ra đồng thời*:** *Mientras mi mamá **secaba** la ropa, yo **pasaba** la aspiradora.* (Trong lúc mẹ tôi đang sấy quần áo thì tôi hút bụi)
3. Nhấn mạnh vào một hành động hay tình trạng đã *hoàn tất trong một thời gian nhất định*: *Anoche Lorena **planchó** la ropa por una hora y media.* (Tối hôm qua Lorena ủi đồ mất một tiếng rưỡi đồng hồ)	**3. Nhấn mạnh vào hành động hay tình trạng *thường xuyên xảy ra*:** *Cuando era niño, **ponía** la mesa para las cenas de la familia.* (Khi còn nhỏ, tôi thường bày bàn ăn cho những bữa cơm tối trong gia đình)

Thì quá khứ hoàn thành *El pretérito*	Thì quá khứ bất hoàn *El imperfecto*
4. Nhấn mạnh vào lúc *bắt đầu* hay *kết thúc* của một hành động hay tình trạng: ***Comenzamos** el almuerzo al mediodía y lo **terminamos** una hora después.* (Chúng tôi bắt đầu ăn trưa lúc 12 giờ và ăn xong một tiếng sau đó)	**4. Dùng để chỉ *thời gian, tuổi tác* và *sự miêu tả* (người, vật, sự việc):** ***Era** la una cuando salí de la casa. **Estaba** nublado y **hacía** fresco.* (Đã một giờ lúc tôi ra khỏi nhà. Trời có mây và mát mẻ)

☞ **Khi một hành động hay tình trạng *đang diễn ra* và có một hành động hay tình trạng khác *đột nhiên xảy đến*, chúng ta dùng thì *quá khứ bất hoàn* cho *việc đang xảy ra* và *thì quá khứ hoàn thành* cho *việc đột nhiên xảy ra* đó**:

*Laura **sacudía** el polvo de las ventanas cuando **sonó** el teléfono.* (Laura đang quét bụi các cửa sổ thì chuông điện thoại bỗng reo lên)

Laura sacudía el polvo de las ventanas cuando sonó el teléfono.

CONVERSACIÓN 2
ĐÀM THOẠI 2

EN LA CLÍNICA
Ở BỆNH XÁ

Doctora ¡Hola! Tu nombre es Jaime, ¿no? ¿En qué puedo servirte?
Chào em. Tên em là Jaime, phải không? Tôi có thể giúp gì cho em đây?

Jaime ¡Hola, doctora! No me siento muy bien. Me duele la garganta.
Chào bác sĩ. Em thấy không khoẻ. Cổ họng em bị đau.

Doctora Voy a tomarte la temperatura. Mmm, sí tienes fiebre. Creo que estás refriado.
Tôi sẽ đo nhiệt độ cho em. À, đúng là em đang sốt rồi. Tôi nghĩ rằng em bị cảm.

Jaime También toso de vez en cuando. ¿Qué debo hacer, doctora?
Thỉnh thoảng em cũng ho nữa. Em nên làm gì hở bác sĩ?

Doctora Voy a prescribirte un jarabe para la tos. Es importante que tú bebas mucha agua y descanses en la cama.
Tôi sẽ viết toa thuốc ho cho em. Điều quan trọng là em phải uống nhiều nước và nằm nghỉ trên giường.

Jaime Me alegro de no tener gripe. ¿Cree usted que yo me mejore pronto?
Em mừng là em không bị cúm. Bác sĩ có nghĩ là em sẽ sớm khỏi bệnh không?

Doctora Dudo que tú puedas mejorarte dentro de veinticuatro horas. Sin embargo, cuando no tengas fiebre y no tosas más, estarás mejor.
Tôi không nghĩ là em sẽ khỏi trong vòng hai mươi bốn tiếng tới. Tuy nhiên, khi em hết sốt và ho, em sẽ đỡ hơn.

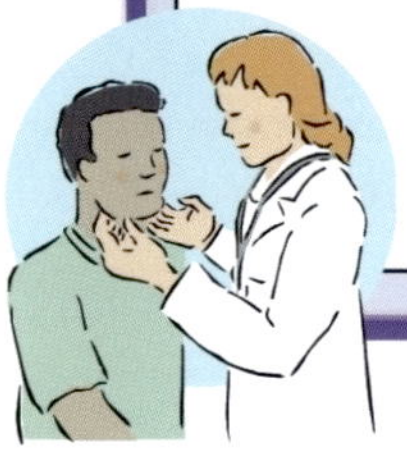

EXPLICACIONES DE GRAMÁTICA

CHÚ THÍCH VĂN PHẠM

1. **Thì hiện tại phụ thuộc cách/*El presente del subjuntivo.*** Cho đến nay, chúng ta đã học các thì hiện tại, tương lai và quá khứ. Tất cả các thì này đều thuộc *chỉ định cách* (el modo indicativo), nói đến những hành động hay tình trạng *có thật*. Trong chương này, chúng ta làm quen với *phụ thuộc cách* (el modo subjuntivo) để chỉ những hành động hay tình trạng được dùng *phần lớn trong các mệnh đề phụ*. Những hành động hay tình trạng này *phụ thuộc vào thực tế của một hành động hay tình trạng khác trong mệnh đề chính.* Trước khi vào chi tiết về cách dùng của phụ thuộc cách, chúng ta hãy xem cách thành lập thì hiện tại của cách này:

Thì hiện tại phụ thuộc cách – *El presente del subjuntivo*	
Ngữ căn của ngôi YO, thì hiện tại chỉ định cách	***Hậu tố của động từ -AR***
	-e **-emos** **-es** **-e** **-en**
	Hậu tố của động từ -ER và -IR
	-a **-amos** **-as** **-a** **-an**

Vì ngữ căn của ngôi ***yo*** trong thì hiện tại chỉ định cách được dùng làm ngữ căn chung cho tất cả các ngôi trong thì hiện tại phụ thuộc cách, *những biến đổi nào của ngữ căn này ở thì hiện tại chỉ định cách vẫn giữ nguyên cho thì hiện tại phụ thuộc cách.* Như vậy, những động từ nào *có ngữ căn bất quy tắc* trong thì hiện tại chỉ định cách sẽ có ngữ căn thay đổi đó cho thì hiện tại phụ thuộc cách.

Ví dụ: *hablar=> (yo)* ***habl-(o)*** *=> hable, hables, hable, hablemos, hablen*
conocer => (yo) ***conozc-(o)*** *=> conozc**a**, conozc**as**, conozc**a**, conozc**amos**, conozc**an***
salir => (yo) ***salg-(o)*** *=> salg**a**, salg**as**, salg**a**, salg**amos**, salg**an***

Tuy nhiên, các động từ *thay đổi ngữ căn* trong thì hiện tại chỉ định cách cũng có ngữ căn kiểu *động từ giày* trong thì hiện tại phụ thuộc cách, nghĩa là cũng chỉ có ngữ căn thay đổi đối với những ngôi *có trong chiếc giày* (yo, tú, él, ella, usted, ellos, ellas, ustedes) mà không thay đổi trong ngôi *ngoài chiếc giày* (nosotros).

Ví dụ: *pensar => (yo)* ***piens****-(o) =>* ***piens****e,* ***piens****es,* ***piens****e,* ***pen****semos,* ***piens****en*

Ngoài ra, các động từ tận cùng bằng ***-ir*** và *thay đổi ngữ căn* ở thì hiện tại chỉ định cách cũng thay đổi ngữ căn ở ngôi *nosotros* ở thì hiện tại phụ thuộc cách theo ba mẫu như sau:

(i) ***o => ue, u****: dormir => d****ue****rma, d****ue****rmas, d****ue****rma, d****u****rmamos, d****ue****rman*

(ii) ***e => ie, i****: preferir => pref****ie****ra, pref****ie****ras, pref****ie****ra, pref****i****ramos, pref****ie****ran*

(iii) ***e => i, i****: pedir => p****i****da, p****i****das, p****i****da, p****i****damos, p****i****dan*

Các động từ tận cùng bằng ***-car, -gar, -zar*** và ***-ger*** đều phải *thay đổi chính tả trong tất cả các ngôi ở thì hiện tại phụ thuộc cách.*

Nguyên mẫu	*Thì hiện tại chỉ định cách*	*Thì hiện tại phụ thuộc cách*
to**car** (sờ, chơi đàn)	toco	to**que**, to**que**s, *etc.*
pa**gar** (trả tiền)	pa**g**o	pa**gu**e, pa**gu**es, *etc.*
empe**zar** (bắt đầu)	empie**z**o	empie**ce**, empie**c**es, *etc.*
esco**ger** (lựa chọn)	esco**j**o	esco**j**a, esco**j**as, *etc.*

Động từ bất quy tắc ở thì hiện tại phụ thuộc cách	
dar *=> dé, des, dé, demos, den*	***ir*** *=> vaya, vayas, vaya, vayamos, vayan*
estar *=> esté, estés, esté, estemos, estén*	***saber*** *=> sepa, sepas, sepa, sepamos, sepan*
haber => *haya, hayas, haya, hayamos, hayan*	***ser*** *=> sea, seas, sea, seamos, sean*

2. Cách dùng của thì hiện tại phụ thuộc cách. Đa số các trường hợp có thì hiện tại phụ thuộc cách được diễn tả trong một mệnh đề phụ. Tuy nhiên, có một vài trường hợp thì này cũng được dùng trong một mệnh đề độc lập. Chúng ta hãy xem những cách dùng chính kèm theo ví dụ sau đây:

a. Phụ thuộc cách dùng sau thành ngữ *OJALÁ*: Thành ngữ này, bắt nguồn từ tiếng Á-rập có nghĩa là *"Xin đấng A-la ban cho..."* được dùng với phụ thuộc cách để nói lên một ước muốn:

¡Ojalá (que) no me ***duela*** *la cabeza con este ejercicio!* (Cầu mong tôi sẽ không bị nhức đầu với bài tập này)

b. Phụ thuộc cách dùng sau các trạng từ *TAL VEZ, QUIZÁS*: Hai trạng từ này có nghĩa là *"có lẽ, chắc là"*, nên phụ thuộc cách dùng sau chúng nói lên một hành động hay tình trạng mà người nói không dám chắc là có thể xảy ra (tuy nhiên, việc dùng phụ thuộc cách ở đây không bắt buộc):

*Tal vez no **tengas** alergia a este medicamento.* (Chắc anh không bị dị ứng với loại thuốc này đâu)

Câu này cũng có thể dùng với chỉ định cách và làm giảm bớt ý nghĩa *"không chắc chắn"* của câu nói:

*Tal vez no **tienes** alergia a este medicamento.*

c. **Phụ thuộc cách dùng trong mệnh đề phụ danh từ:** Thì hiện tại phụ thuộc cách được dùng trong loại mệnh đề này để diễn tả những trường hợp sau:

(i) Phụ thuộc cách dùng sau một lời *khuyên bảo* hay *yêu cầu*:

*El doctor me aconseja que **haga** ejercicio más frecuentemente.* (Bác sĩ khuyên tôi nên tập thể dục đều đặn hơn)
*La enfermera sugiere que Manuel **deje** de fumar.* (Cô y tá đề nghị Manuel nên bỏ hút thuốc lá)

Một số động từ hay thành ngữ khác thuộc loại này là ***pedir que*** (xin, kêu gọi), ***permitir que*** (cho phép), ***prohibir que*** (cấm đoán), ***recomendar que*** (giới thiệu, đề cử), ***insistir (en) (que)*** (nhất định, khăng khăng), ***es importante que*** (điều quan trọng là), ***es necesario que*** (điều cần thiết là), ***es obligatorio que*** (điều bắt buộc là), v.v.

(ii) Phụ thuộc cách dùng sau mệnh đề diễn tả *sự ước muốn*:

*Espero que tú no **estés** resfriado con este tiempo.* (Tôi mong rằng bạn không bị cảm trong thời tiết như thế này)
*Mamá quiere que yo **esté** a dieta.* (Mẹ tôi muốn tôi ăn kiêng)

Một số động từ hay thành ngữ khác thuộc loại này là ***preferir (que)*** (thích hơn), ***desear (que)*** (ước muốn), ***es mejor que*** (tốt hơn là), v.v.

(iii) Phụ thuộc cách dùng sau mệnh đề diễn tả *cảm xúc*:

*Es triste que ella **tenga** dolor de cabeza muy a menudo.* (Đáng buồn là cô ấy rất hay bị nhức đầu)
*Sentimos mucho que usted se **lastime.*** (Chúng tôi rất tiếc là ông bị thương)

Một số động từ hay thành ngữ khác thuộc loại này là ***alegrarse de (que)*** (vui mừng), ***tener miedo de (que)*** (e sợ), ***sorprenderse de (que)*** (lấy làm ngạc nhiên), ***es fantástico que*** (thật tuyệt là), ***es una pena que*** (thật khổ là), ***qué lástima que*** (thật đáng tiếc là), v.v.

(iv) Phụ thuộc cách dùng sau mệnh đề diễn tả *sự nghi ngờ, phủ nhận* hay *thắc mắc*:

Dudamos que Arturo ***tenga*** *gripe.* (Chúng tôi không nghĩ là Arturo bị cúm)
¿Cree usted que se me ***rompa*** *la pierna izquierda?* (Ông có nghĩ rằng tôi bị gẫy chân trái không?)
No digo que ella ***sea*** *la doctora de mi madre.* (Tôi không nói rằng bà ấy là bác sĩ của mẹ tôi)

Một số động từ hay thành ngữ khác thuộc loại này là ***no creer (que)*** (không nghĩ là), ***(no) es posible que*** ((không) có lẽ rằng), ***es dudoso que*** (đáng ngờ là), ***no es cierto que*** (không đúng là), v.v.

☞ **Chú ý:**

- Phụ thuộc cách chỉ dùng trong mệnh đề phụ danh từ nếu chủ từ trong mệnh đề này khác với chủ từ trong mệnh đề chính. Nếu cả hai mệnh đề *có cùng một chủ từ giống nhau*, ta phải dùng *động từ nguyên mẫu* trong mệnh đề thứ nhì. So sánh hai ví dụ dưới đây:

  Yo quiero que mi hermanito ***beba*** *agua.* (Tôi muốn em tôi uống nước)
  Yo quiero ***beber*** *agua.* (Tôi muốn uống nước)

- Nếu một trường hợp dùng phụ thuộc cách thì *trường hợp trái ngược của nó* thường dùng chỉ định cách. So sánh các ví dụ dưới đây:

  No es verdad *que Fabio siempre se* ***tuerza*** *el tobillo.* (Không đúng là lúc nào Fabio cũng bị trặc mắt cá) (=> *Phụ thuộc cách*)
  Es verdad *que Fabio siempre se* ***tuerce*** *el tobillo.* (Đúng là lúc nào Fabio cũng bị trặc mắt cá) (=> *Chỉ định cách*)
  No creo *que ella* ***tenga*** *dolor de muelas.* (Tôi không nghĩ rằng cô ấy bị nhức răng) (=> *Phụ thuộc cách*)
  Creo *que ella* ***tiene*** *dolor de muelas.* (Tôi nghĩ rằng cô ấy bị nhức răng) (=> *Chỉ định cách*)
  Es probable *que a él le* ***duela*** *la espalda.* (Có lẽ anh ấy bị đau lưng) (=> *Phụ thuộc cách*)
  Es obvio *que a él le* ***duele*** *la espalda.* (Rõ ràng là anh ấy bị đau lưng) (=> *Chỉ định cách*)

d. Phụ thuộc cách dùng trong mệnh đề phụ tính từ: Thông thường, một mệnh đề phụ tính từ dùng để miêu tả hay giải thích một danh từ, như trong ví dụ sau đây:

El doctor examina a ***la chica [que tose].*** (Bác sĩ khám cho cô gái đang ho)

Danh từ ***chica*** đứng trước mệnh đề phụ tính từ ***que tose*** còn được gọi là *tiền trí từ* (chữ đứng trước). Trong trường hợp tiền trí từ chỉ một người, một vật hay một sự việc *không có thật* hay *chưa biết đến*, mệnh đề phụ tính từ có động từ ở *phụ thuộc cách.* So sánh những ví dụ dưới đây:

(i) *El doctor habla con* ***el chico*** *[a quien le* ***duele*** *la garganta].* (Bác sĩ đang nói chuyện với người thanh niên bị đau họng) => Người thanh niên này *có thật*, nên động từ ***duele*** trong mệnh đề tính từ được dùng ở *chỉ định cách.*

(ii) *El doctor quiere hablar con* ***un chico*** *[a quien le* ***duela*** *la garganta].* (Bác sĩ muốn nói chuyện với một thanh niên bị đau họng) => Bác sĩ chưa biết người thanh niên đó là ai nên động từ ***duela*** trong mệnh đề tính từ được dùng ở *phụ thuộc cách.*

(iii) *Quisiera buscar* ***al doctor*** *[que se* ***especializa*** *en pediatría].* (Tôi muốn tìm ông bác sĩ chuyên về nhi khoa) => Khi nói câu này, bạn đã biết bác sĩ đó là ai, nên trong mệnh đề tính từ bạn dùng động từ ***especializa*** ở *chỉ định cách.*

(iv) *Quisiera buscar* ***un doctor*** *[que se* ***especialice*** *en pediatría].* (Tôi muốn tìm một bác sĩ chuyên về nhi khoa) => Bạn không biết bác sĩ đó là ai nên dùng động từ ***especialice*** trong mệnh đề tính từ ở *phụ thuộc cách.*

e. Phụ thuộc cách dùng trong mệnh đề phụ trạng từ. Loại mệnh đề phụ trạng từ này *thường chỉ về thời gian ở tương lai.* Nối kết mệnh đề chính với mệnh đề phụ trạng từ là một *liên từ chỉ thời gian.* Khi một hành động hay tình trạng được nói đến trong tương lai, chúng ta không biết nó có xảy ra hay không. Chính vì tính chất không chắc chắn đó mà động từ trong mệnh đề trạng từ thường dùng ở *phụ thuộc cách.* Chúng ta hãy so sánh hai ví dụ dưới đây:

(i) *Yo siempre tomo un jarabe cuando* ***tengo*** *tos.* (Lúc nào tôi cũng uống thuốc xi-rô mỗi khi bị ho) => Bạn dùng ***tengo*** ở *chỉ định cách* để chỉ một việc xảy ra theo thói quen.

(ii) *Yo tomaré un jarabe cuando* ***tenga*** *tos.* (Tôi sẽ uống thuốc xi-rô khi bị ho) => Bạn dùng ***tenga*** ở *phụ thuộc cách* vì việc này chưa xảy ra.

Ngoài ***cuando*** ra, một số liên từ khác chỉ thời gian đòi hỏi động từ trong mệnh đề trạng từ chỉ thời gian trong tương lai ở phụ thuộc cách là ***antes de que*** (trước khi),

después de que (sau khi), ***tan pronto como*** (ngay khi), ***hasta que*** (cho đến khi), ***mientras que*** (chừng nào mà), v.v. Sau đây là một số ví dụ:

> *Debes tomar estas pastillas **hasta que** te **mejores.*** (Em phải uống những viên thuốc này cho đến khi khỏi bệnh)
> *Usted tiene que cuidar bien al bebé **mientras que** todavía **tosa.*** (Bà phải chăm sóc em bé kỹ càng chừng nào mà cháu vẫn còn ho)
> *Él no debe trabajar **tan pronto como** se **sienta** mejor.* (Anh ấy không nên làm việc ngay khi cảm thấy khoẻ ra)

Trong nhiều trường hợp, khi chủ từ trong cả hai mệnh đề cùng là một vật hay một người, hoặc chủ từ là *không ngôi*, chúng ta dùng *dạng nguyên mẫu* trong mệnh đề trạng từ:

> *No hay que tomar medicina **antes de comer**.* (Không nên uống thuốc trước khi ăn)
> *Debes descansar aun **después de mejorar**te.* (Cháu nên nghỉ ngơi ngay cả sau khi đã khoẻ)

Yo siempre tomo un jarabe cuando tengo tos.

EJERCICIOS DE PRÁCTICA
BÀI TẬP THỰC HÀNH

I. Al buscar un nuevo apartamento/*Đi tìm một căn chung cư mới.* Việt hỏi thăm Antonio về căn chung cư mà anh ấy đến xem hôm qua. Điền vào chỗ trống bằng dạng thích hợp của các động từ trong ngoặc đơn ở *thì quá khứ hoàn thành*. Sau khi làm xong và sửa theo phần trả lời ở cuối sách, đọc lại toàn bài để thực tập.

Modelo/*Câu mẫu* ¿A qué hora _______________ (***llegar***) tú a la oficina de alquiler?
Bạn nói và viết xuống ***llegaste***

Việt ¿ (1) _______________ (***ver***) tú muebles en el apartamento?
Antonio Sí, muchos. Yo le (2) _______________ (***preguntar***) a la gerente si había un televisor pero ella me (3) _______________(***decir***) que no.
Việt ¿ (4) _______________ (***poder***) tú probar las tomas de corriente en los cuartos?
Antonio Claro que sí. Todas las tomas de corriente (5) _______________ (***funcionar***) excepto las de la sala. La gerente (6) _______________ (***prometer***) repararlas inmediatamente.
Việt ¿Te (7) _______________ (***gustar***) el dormitorio del apartamento?
Antonio Más o menos, pero yo (8) _______________ (***preferir***) la cocina.
Việt ¿También (9) _______________ (***ir***) tú al patio?
Antonio Cómo no. Me (10) _______________ (***encantar***) las flores en el patio.
Việt ¿Qué tal el alquiler?
Antonio En general, me (11) _______________ (***gustar***) todo, excepto el alquiler: 2.000 dólares al mes. La gerente (12) _______________ (***sugerir***) un descuento pero todavía no estoy seguro si voy a alquilar ese apartamento.

II. La casa de mi niñez/*Căn nhà thời thơ ấu của tôi.* Marcela kể về ngôi nhà thời thơ ấu của cô và những kỷ niệm đẹp ở đó. Điền vào chỗ trống dạng thích hợp của các động từ trong ngoặc đơn *ở thì quá khứ bất hoàn.*

Modelo/*Câu mẫu* La casa de mi niñez __________ (***ser***) muy grande.
Bạn nói và viết xuống: ***era***

En aquel tiempo yo (1) __________ (***tener***) seis años. Yo (2) __________ (***vivir***) con mis padres, mi hermanito y mis abuelos. Nuestra casa (3) __________ (***ser***) muy bonita. Alrededor de ella (4) __________ (***estar***) un jardín con muchas flores. Durante los fines de semana, mientras mi hermanito (5) __________ (***jugar***) al fútbol con su perrito, yo (6) __________ (***hablar***) con mi gatita. En la casa, mis padres (7) __________ (***ver***) la televisión y mis abuelos (8) __________ (***leer***) los periódicos. En la tarde, nosotros (9) __________ (***tomar***) la cena juntos. Si mis padres no (10) __________ (***estar***) ocupados, (11) __________ (***ir***) a la playa o al bosque con nosotros. Sin embargo, la casa (12) __________ (***ser***) donde mi hermanito y yo (13) __________ (***tener***) los mejores recuerdos de nuestra familia.

III. ¿El pretérito o el imperfecto?/*Thì quá khứ hoàn thành hay bất hoàn?* Điền vào chỗ trống bằng dạng thích hợp của các động từ trong ngoặc đơn ở *thì quá khứ hoàn thành* hay *thì quá khứ bất hoàn* tuỳ theo trường hợp. Phần tiếng Việt sẽ giúp bạn làm bài này dễ dàng hơn.

Modelo/*Câu mẫu* Yo ____________ (***estar***) en la sala cuando ____________ (***sonar***) el teléfono.
Bạn nói và viết xuống ***estaba*** (*quá khứ bất hoàn*) ***sonó*** (*quá khứ hoàn thành*)

Cecilia ¿Sabes qué? Anoche (1) ____________ (***ser***) una noche espantosa para mí.
Bạn biết gì không? Đêm hôm qua là một đêm kinh hoàng đối với tôi.

Anita ¿Qué (2) ____________ (***pasar***)? (3) ____________ (***Haber***) un robo en tu casa?
Chuyện gì xảy ra vậy? Có trộm trong nhà bạn à?

Cecilia No. Escúchame. (4) ____________ (***ser***) las once y yo (5) ____________ (***hablar***) por teléfono con Juan. De repente, yo (6) ____________ (***oír***) un ruido en el primer piso.
Không. Bạn nghe đây. Lúc đó là mười một giờ và tôi đang điện thoại với Juan. Thình lình, tôi nghe một tiếng động ở tầng thứ nhất.

Anita ¿Y (7) ____________ (***bajar***) tú por las escaleras?
Rồi bạn có đi xuống lầu không?

Cecilia Sí, pero no (8) ____________ (***querer***) encender las luces. Todo (9) ____________ (***estar***) tranquilo cuando yo (10) ____________ (***entrar***) a la cocina.
Có, nhưng tôi không muốn bật đèn lên. Mọi vật đều yên tĩnh khi tôi vào trong bếp.

Anita ¿No (11) ____________ (***ver***) nada?
Bạn không thấy gì cả à?

Cecilia ¿En la oscuridad? ¡No! Pero luego (12) ____________ (***sentir***) algo moviéndose en el suelo. Y ese objeto (13) ____________ (***seguir***) moviéndose hacia mí.
Trong bóng tối ấy à? Không! Nhưng sau đó tôi cảm thấy có cái gì đang di chuyển trên nền nhà. Và vật đó cứ tiếp tục di chuyển về phía tôi.

Anita Cuando (14) ____________ (***ver***) la casa, ¿no te (15) ____________ (***decir***) el agente que (16) ____________ (***estar***) embrujada?
Lúc bạn đang xem căn nhà, người bán nhà không nói cho bạn biết là nó có ma hay sao?

Cecilia No, pero ¡no me interrumpas! En ese momento, yo (17) ____________ (***quedarse***) quieta conteniendo la respiración…
Không, nhưng đừng có ngắt lời tôi! Lúc đó, tôi đứng yên và nín thở...

Anita ¿Y qué (18) ____________ (***ocurrir***) entonces?
Rồi chuyện gì xảy ra?

Cecilia Y ese objeto me (19) ____________ (***tocar***) en el pie. (20) ____________ (***gritar***) con todas mis fuerzas y al mismo tiempo (21) ____________ (***haber***) otro grito aterrorizado de un animal. (22) ¡____________ (***ser***) el gato de mi vecino!
Rồi vật ấy chạm vào chân tôi. Tôi thét lên thật lớn và đồng thời cũng có một tiếng thét hoảng sợ của một con vật. Hoá ra đó là con mèo của người hàng xóm!

IV. En la clínica de urgencia/*Ở trạm cấp cứu.* Điền vào chỗ trống với dạng thích hợp của các động từ trong ngoặc đơn. Tuỳ theo trường hợp, dạng động từ có thể ở *thì hiện tại chỉ định cách, thì hiện tại phụ thuộc cách* hay *dạng nguyên mẫu.* Phần tiếng Việt sẽ giúp bạn làm bài tập này dễ dàng hơn.

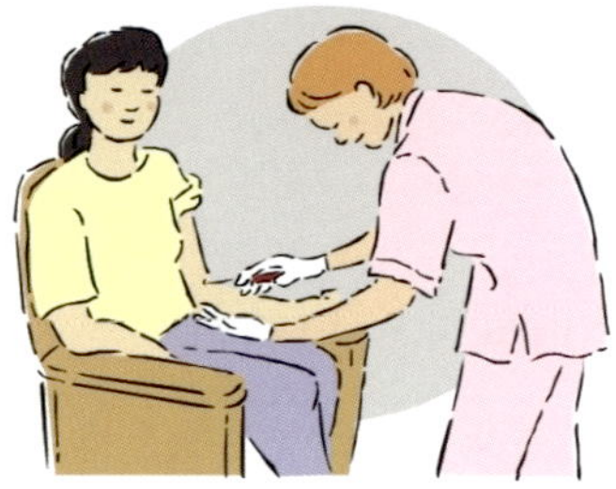

Enfermera ¿Qué te pasó, chica?
Có chuyện gì vậy em?

Norma Me lastimé el brazo izquierdo. Creo que (1) ________ (***ser***) muy grave.
Em bị thương ở cánh tay trái. Em nghĩ là rất nặng.

Enfermera A ver. ¿Crees que te (2) ____________ (***doler***) aquí?
Xem nào. Em có nghĩ là em đau chỗ này không?

Norma Sí, muchísimo. ¿Es posible que yo no (3) ____________ (***ir***) a utilizar mi brazo?
Dạ đau lắm. Có thể nào em sẽ không dùng được cánh tay của em nữa không?

Enfermera No está tan mal. Me alegro de que tú sólo (4) ____________ (***tener***) un moratón en el brazo. Es obvio que este moratón (5) ____________ (***desaparecer***) pronto.
Không tệ vậy đâu em. Tôi mừng là em chỉ bị bầm ở cánh tay thôi. Rõ ràng là vết bầm này sẽ tan sớm thôi.

Norma ¿Ah sí? Ojalá que mi brazo (6) ____________ (***mejorarse***) rápidamente. No creo (7) ____________ (***poder***) aguantar el dolor más.
Vậy à cô? Lạy trời cho cánh tay của em chóng lành. Em không nghĩ là mình có thể chịu đựng nổi cái đau nữa.

Enfermera Es importante que tú no (8) ____________ (***mover***) el brazo mucho y que (9) ____________ (***aplicar***) hielo al moratón dos o tres veces al día.
Điều quan trọng là em đừng cử động cánh tay quá nhiều và em phải chườm nước đá vào chỗ bầm hai đến ba lần mỗi ngày.

Norma ¿Tendré que tomar algún medicamento hasta que ya no (10) ____________ (***haber***) moratón?
Em có sẽ phải uống thuốc gì cho đến khi hết bầm không cô?

Enfermera No lo creo, pero más tarde el doctor te va a prescribir un medicamento que te (11) ____________ (***aliviar***) el dolor.
Tôi không nghĩ vậy, nhưng lát nữa bác sĩ sẽ viết toa cho em uống một thứ thuốc làm em bớt đau.

Norma ¿Podré dejar de tomar el medicamento antes de (12) ____________ (***sentirse***) mejor? No me gusta tomar medicamentos.
Em có thể ngưng uống thuốc trước khi thấy khoẻ hơn không cô? Em không thích uống thuốc.

Enfermera Si no te gusta tomar medicamentos, ¡tendrás que encontrar un milagro que te (13) ____________ (***curar***) el dolor!
Nếu em không thích uống thuốc, em phải tìm một phép lạ nào chữa cho hết đau!

V. ¿Cómo se dice todo esto en español?/*Nói những điều này bằng tiếng Tây-ban-nha thế nào?* Dựa vào tất cả những điều đã học trong bài này, nói và viết xuống các câu sau đây:

1. Tuần trước tôi muốn đến thăm cô ấy nhưng không được.
___
2. Cô thấy Pablo trong phòng ăn hay ngoài vườn?
___
3. Hôm qua tôi đang đọc sách thì Vicente gọi điện thoại cho tôi.
___
4. Khi ba của bạn mua căn nhà này thì bạn mấy tuổi?
___
5. Lúc còn nhỏ tôi thường chơi quần vợt với cô ấy vào cuối tuần.
___
6. Điều cần thiết là chúng ta ngủ ít nhất bảy tiếng mỗi đêm.
___
7. Ông có biết người nào có thể hút bụi trong căn phòng này không?
___
8. Tôi sẽ ủi quần áo cho đến khi Marisa đến.
___
9. Ở đây không có ai bị dị ứng với trứng cả.
___
10. Bác sĩ không nghĩ rằng tôi bị cúm.
___

Mamá, ¿cree usted que yo esté resfriada?

EXPLICACIÓN DEL PROVERBIO
GIẢI THÍCH CÂU TỤC NGỮ

- **Las enfermedades llegan a caballo y se van a pie.**
  enfermedades: các chứng bệnh
  llegan: đến
  a caballo: trên lưng ngựa
  se van: ra đi
  a pie: bằng chân, đi bộ

Trong tiếng Tây-ban-nha, người ta nói *Bệnh đến trên lưng ngựa, bệnh ra đi bằng chân.* Người Việt chúng ta có câu *Bệnh tăng như núi lở, bệnh đỡ như kéo tơ.* Tiếng Tây-ban-nha nói đến sự nhanh chậm qua hình ảnh cỡi ngựa và đi bộ; còn tiếng Việt lại gợi ra hình ảnh núi lở để diễn tả căn bệnh tăng nhanh như thế nào và việc kéo tơ để cho thấy lúc bệnh thuyên giảm chậm chạp ra sao. Câu tiếng Việt còn lồng một ít văn hoá riêng vào câu tục ngữ qua hình ảnh kéo tơ của người dân ở nông thôn Việt Nam.

CAPÍTULO NUEVE - *CHƯƠNG CHÍN*

La educación – El trabajo

Giáo dục – Việc làm

Vocabulario funcional
Từ vựng thực dụng

- Từ vựng về học đường
- Từ vựng về việc làm
- Máy móc điện tử

Conversaciones
Đàm thoại

- Một bức thư điện tử
- Ra trường rồi làm gì đây?

Explicaciones de gramática
Chú thích văn phạm

- Thì hiện tại hoàn thành chỉ định cách
- Mệnh lệnh thân mật và trang trọng
- Thì hiện tại điều kiện cách
- Thì quá khứ điều kiện cách

Ejercicios de práctica
Bài tập thực hành

Explicación del provebio
Giải thích câu tục ngữ

Proverbio – *Tục ngữ*

Quien nada sabe, de nada duda.

Ngu si hưởng thái bình.

VOCABULARIO FUNCIONAL

TỪ VỰNG THỰC DỤNG

SUSTANTIVOS – *DANH TỪ*

el/la alumno, -a *m/f*	học sinh
la arquitectura *f*	ngành kiến trúc
el arte *f*	ngành nghệ thuật
la biblioteca *f*	thư viện
la biología *f*	ngành sinh vật
las ciencias políticas *f pl*	chính trị học
las ciencias sociales *f pl*	xã hội học
la contabilidad *f*	ngành kế toán
el derecho *m*	luật học
el diseño *m*	ngành vẽ kiểu
la escuela primaria *f*	tiểu học
la escuela secundaria *f*	trung học
la facultad *f*	phân khoa
la filosofía *f*	triết học
las finanzas *f pl*	ngành tài chánh
la física *f*	vật lý
la geografía *f*	địa lý
la historia *f*	lịch sử
la informática *f*	ngành tin học
la ingeniería *f*	ngành kỹ sư
la librería *f*	tiệm sách
el/la maestro, -a *m/f*	thầy, cô giáo
las matemáticas *f pl*	toán học
la medicina *f*	y học
la química *f*	hoá học
la universidad *f*	đại học

el currículum vitae *m*	bản tóm tắt học vấn và kinh nghiệm
el/la empleado, -a *m/f*	nhân viên
la entrevista *f*	cuộc phỏng vấn
la empresa *f*	công ty
la fábrica *f*	nhà máy
el formulario *m*	mẫu đơn
el/la gerente *m/f*	giám đốc
el horario *m*	thời khoá biểu
el/la jefe, -a *m/f*	ông chủ, bà chủ
la oficina *f*	văn phòng
el/la presidente, -a *m/f*	tổng giám đốc
el salario *m*	lương bổng
el/la supervisor, –a *m/f*	quản đốc
el trabajo *m*	công việc

la computadora *f*	máy điện toán
la computadora portátil *f*	máy điện toán xách tay
el correo electrónico *m*	thư điện tử
la fotocopiadora *f*	máy photocopy
la impresora *f*	máy in
la pantalla *f*	màn ảnh
el ratón *m*	con chuột
el teclado *m*	bàn phím
el teléfono móvil *m*	điện thoại cầm tay

VERBOS – *ĐỘNG TỪ*

apagar *vt*	tắt đi
aprender *vt*	học
dejar *vt*	bỏ, nghỉ (*việc*)
despedir (i, i) *vt*	đuổi việc
encender (ie) *vt*	vặn lên
enseñar *vt*	giảng dạy
enviar *vt*	gởi
estudiar *vt*	nghiên cứu
funcionar *vi*	chạy (*máy*)
graduarse *vr*	tốt nghiệp
recibir *vt*	nhận
rellenar *vt*	điền (*đơn*)

EXPRESIONES – *THÀNH NGỮ*

estar sin trabajo	thất nghiệp
hacer un examen	dự thi
aprobar un examen	thi đậu
solicitar un trabajo	xin việc làm
suspender un examen	thi rớt

CONVERSACIÓN 1
ĐÀM THOẠI 1

UN CORREO ELECTRÓNICO
MỘT BỨC THƯ ĐIỆN TỬ

¡Saludos desde Buenos Aires!

enviar guardar cancelar añadir ficheros

A: alicia@gmail.com
De: donquijote@yahoo.com
Asunto: ¡Saludos desde Buenos Aires!

Hola Alicia,

Ya he llegado a Buenos Aires, ¡la París de Latinoamérica! Pedro y yo hemos visitado la Recoleta, un barrio elegante y famoso por su estilo de arquitectura francesa y por sus restaurantes, cafés y parques. También hemos ido a la Facultad de Filosofía y Letras de la UBA (Universidad de Buenos Aires). ¡Es una universidad impresionante! La gente aquí es muy simpática y tiene un acento exótico con un sabor italiano. Y tú, ¿qué tal? Envíame las fotos que tomaste en su ceremonia de graduación, ¿vale? Y también cuéntame todo lo que pasó en ella. A propósito, no te olvides de decirle a Marisa que me llame por teléfono. Tú y Marisa, ¡escríbanme con frecuencia!

Un besito
Antonio

Chào Alicia,

Tôi đã đến Buenos Aires, thành phố Paris của Châu Mỹ La-tinh! Pedro và tôi đã đi thăm Recoleta, một khu phố thanh lịch và nổi tiếng về lối kiến trúc Pháp cùng những nhà hàng, tiệm cà-phê và công viên. Chúng tôi cũng đã đến Khoa Triết học và Văn chương của trường UBA (Trường Đại học Buenos Aires). Thật là một ngôi trường tuyệt đẹp! Người dân ở đây rất dễ thương và họ có một giọng nói rất lạ, có pha hương vị tiếng Ý. Còn bạn có khoẻ không? Hãy gởi cho tôi hình bạn chụp trong buổi lễ ra trường của bạn, được chứ? Và hãy kể cho tôi nghe tất cả những gì đã xảy ra trong buổi lễ ấy nhé. À, bạn đừng quên bảo Marisa hãy gọi điện thoại cho tôi nữa. Bạn và Marisa, cả hai hãy viết thư cho tôi thường xuyên đấy!

Thân mến
Antonio

EXPLICACIONES DE GRAMÁTICA

CHÚ THÍCH VĂN PHẠM

1. **Thì hiện tại hoàn thành chỉ định cách/*El presente perfecto del indicativo.*** Những thì chúng ta đã học qua là những *thì đơn*, có nghĩa là chỉ dùng một dạng động từ để diễn tả hành động hay tình trạng. Thì *hiện tại hoàn thành chỉ định cách* mà chúng ta sắp học là một trong những *thì kép*, bao gồm một *trợ động từ* và động từ ở dạng *quá khứ phân từ.* Thì này được thành lập như sau:

Chủ từ + HABER (*hiện tại chỉ định*) + Động từ (*Quá khứ phân từ*)

Chúng ta hãy xem qua hai thành phần trong công thức này. Trợ động từ ***haber*** được chia ở thì hiện tại chỉ định cách, còn *quá khứ phân từ* (participio pasado) của động từ chính được thành lập với hai hậu tố cho ba nhóm động từ.

Thì hiện tại hoàn thành chỉ định cách ***El presente perfecto del indicativo***	
Trợ động từ HABER *thì hiện tại chỉ định cách*	*Quá khứ phân từ* *của động từ chính*
he **hemos** **has** **ha** **han**	Ngữ căn (của động từ ***-ar***) + **-ADO** Ngữ căn (của động từ ***-er*** và ***–ir***) + **-IDO**

Căn cứ theo công thức trên, chúng ta lấy ba động từ tiêu biểu cho ba nhóm để chia ở thì hiện tại hoàn thành làm ví dụ:

- ***Trabajar*** => ***trabaj-*** => *trabaj**ado*** => *he trabajado, has trabajado, ha trabajado, hemos trabajado, han trabajado*
- ***Comer* => *com-* =>** *com**ido*** => *he comido, has comido, ha comido, hemos comido, han comido*
- ***Vivir* => *viv-* =>** *viv**ido*** => *he vivido, has vivido, ha vivido, hemos vivido, han vivido*

Những động từ nào ở dạng quá khứ phân từ có chứa các nhóm nguyên âm ***ai, ei, oi*** có thêm dấu sắc trên chữ ***i***:

*creer => cr**eí**do* *leer => l**eí**do*
*oír => **oí**do* *traer => tr**aí**do*

Một số động từ thông dụng có dạng *quá khứ phân từ bất quy tắc*:

abrir	***abierto*** (mở)	*ir*	***ido*** (đi)
cubrir	***cubierto*** (che, đậy)	*morir*	***muerto*** (chết)
decir	***dicho*** (nói, bảo)	*poner*	***puesto*** (đặt, để)
descubrir	***descubierto*** (khám phá)	*romper*	***roto*** (làm vỡ, làm gẫy)
escribir	***escrito*** (viết)	*ver*	***visto*** (thấy)
hacer	***hecho*** (làm)	*volver*	***vuelto*** (trở lại)

Thì hiện tại hoàn thành chỉ định cách được dùng để diễn tả một hành động hay một tình trạng *xảy ra trong quá khứ nhưng có một tác động nào đó đến hiện tại.* Thông thường ta không dùng thời gian nào rõ rệt trong quá khứ để chỉ những hành động hay tình trạng dùng trong thì hiện tại hoàn thành này.

Ví dụ: *Todavía no* ***he tomado*** *ningún curso de matemáticas.* (Tôi chưa học một lớp toán nào cả)
Mi hermanita ya ***se ha graduado*** *en la Universidad de California.* (Em gái tôi đã tốt nghiệp trường Đại học California)
*¿**Ha visitado** usted Argentina alguna vez?* (Ông đã đi thăm Á-căn-đình lần nào chưa?)
Le ***hemos escrito*** *una carta al profesor de química.* (Chúng tôi đã viết một lá thư cho giáo sư môn hoá học)
Juan y Manuel ya ***han hecho*** *este ejercicio de física.* (Juan và Manuel đã làm bài tập vật lý này rồi)

Qua những ví dụ trên, chúng ta thấy dạng quá khứ phân từ của các động từ chính *không thay đổi*, cho dù có đi với chủ từ số ít hay số nhiều, giống đực hay giống cái. Tuy nhiên, dạng quá khứ phân từ *có thể thay đổi* nếu dùng trong loại *câu thụ động* (với trợ động từ ***ser)*** hay *dùng như tính từ* (đi theo danh từ hay với trợ động từ ***estar***). Quan sát những ví dụ dưới đây:

a. Quá khứ phân từ dùng trong câu thụ động: *La carta* ***fue escrita*** *por el maestro.* (Lá thư do thầy giáo viết)
b. Quá khứ phân từ dùng như tính từ đi theo danh từ: *¿Dónde están los carros* ***hechos*** *en Japón?* (Những chiếc xe chế tạo ở Nhật đâu rồi?)
c. Quá khứ phân từ dùng như tính từ với động từ ***estar***: *La fotocopiadora está* ***rota***. (Máy copy bị hư rồi)

¡La fotocopiadora está rota!

2. Mệnh lệnh thân mật và trang trọng/*Mandatos informales y formales.* Mệnh lệnh cách (*el imperativo*) trong tiếng Tây-ban-nha phân biệt giữa *sự thân mật* (dùng với ngôi ***tú***) và *sự trang trọng* (dùng với ngôi ***usted***). Ngoài ra, mệnh lệnh cách thân mật còn phân biệt giữa *mệnh lệnh xác định* và *mệnh lệnh phủ định*.

a. **Mệnh lệnh thân mật xác định/*Mandatos informales afirmativos.*** Cách thành lập câu mệnh lệnh thân mật xác định (với ngôi ***tú***) tương đối đơn giản. Lấy dạng động từ của ngôi ***tú*** ở *thì hiện tại chỉ định cách* và bỏ đi chữ ***-s*** ở sau để dùng làm mệnh lệnh thân mật xác định.

Ví dụ: *Tú* ***hablas*** (bạn nói), bỏ đi chữ ***-s***, ta có: ***¡Habla!*** (Bạn nói đi!)
Tú ***comes*** (bạn ăn), bỏ đi chữ ***-s***, ta có: ***¡Come!*** (Bạn ăn đi!)
Tú ***duermes*** (bạn ngủ), bỏ đi chữ ***-s***, ta có: ***¡Duerme!*** (Bạn ngủ đi!)

Một số động từ thông dụng có dạng mệnh lệnh thân mật xác định *bất quy tắc*:

decir	***di***	*salir*	***sal***
hacer	***haz***	*ser*	***sé***
ir	***ve***	*tener*	***ten***
poner	***pon***	*venir*	***ven***

Nếu động từ mệnh lệnh xác định có túc từ là đại danh từ thì đại danh từ sẽ dính liền phía sau mệnh lệnh:

Ví dụ: *¡Dí**me**lo!* (Bạn nói cho tôi nghe chuyện đó đi!)
*¡Pon**te** el sombrero!* (Bạn đội nón vào đi!)
*¡Sé bueno y acuésta**te** temprano!* (Em hãy ngoan và đi ngủ sớm đi!)

b. **Mệnh lệnh thân mật phủ định/*Mandatos informales negativos.*** Câu mệnh lệnh loại này dùng trạng từ phủ định ***no*** và dạng động từ của *thì hiện tại phụ thuộc cách* của ngôi ***tú***.

Ví dụ: *trabajar => tú* ***trabajes*** => ***¡No trabajes!*** (Bạn đừng làm việc!)
correr => tú ***corras*** => ***¡No corras!*** (Bạn đừng chạy)
salir => tú ***salgas*** => ***¡No salgas!*** (Bạn đừng đi ra ngoài!)

Ngược lại với thể xác định, nếu động từ mệnh lệnh phủ định có đại danh từ túc từ thì đại danh từ sẽ đứng sau chữ ***no*** và trước động từ. So sánh hai thể xác định và phủ định trong các ví dụ dưới đây:

- Xác định: *¡Dímelo!* (Bạn nói cho tôi nghe chuyện đó đi!)
- Phủ định: *No **me lo** digas!* (Bạn đừng nói cho tôi nghe chuyện đó!)
- Xác định: *¡Póntelo!* (Bạn đội nó lên đi!)
- Phủ định: *¡No **te lo** pongas!* (Bạn đừng đội nó lên!)

c. **Mệnh lệnh trang trọng xác định và phủ định/*Mandatos formales afirmativos y negativos.*** Đây là loại mệnh lệnh với ngôi ***usted***. Loại mệnh đề này chỉ có một dạng dùng chung cho thể xác định và phủ định và dùng dạng của ngôi ***usted*** ở *thì hiện tại phụ thuộc cách.*

Ví dụ: *Estudiar => usted **estudie** => **¡Estudie!*** (Xin ông học đi!) ~ ***¡No estudie!*** (Xin ông đừng học!)
*Beber => usted **beba** => **¡Beba!*** (Xin ông uống đi!) ~ ***¡No beba!*** (Xin ông đừng uống!)
*Irse => usted se **vaya** => **¡Váyase!*** (Xin ông đi đi!) ~ ***¡No se vaya!*** (Xin ông đừng đi!)

d. **Mệnh lệnh số nhiều/*Mandatos plurales.*** Ở dạng số nhiều (với ngôi ***ustedes***), loại mệnh lệnh này *chỉ có một dạng duy nhất* dùng chung cho sự thân mật và sự trang trọng, cũng như cho thể xác định và thể phủ định. Dạng mệnh lệnh số nhiều cũng lấy từ dạng động từ của ngôi ***ustedes*** ở *thì hiện tại phụ thuộc cách.*

Ví dụ: *Acostarse => ustedes se **acuesten** => **¡Acuéstense!*** (Các con đi ngủ đi!)
¡No se acuesten! (Các con đừng đi ngủ!)
*Sentarse => ustedes se **sienten** => **¡Siéntense!*** (Xin ông bà ngồi xuống!)
¡No se sienten! (Xin ông bà đừng ngồi!)

BẢNG TÓM TẮT CÁCH DÙNG CÂU MỆNH LỆNH
LOS MANDATOS

	Thân mật xác định (TÚ)	***Thân mật phủ định (TÚ)***	***Trang trọng xác định & phủ định (USTED)***	***Số nhiều xác định & phủ định (USTEDES)***
	*Dùng thì hiện tại chỉ định cách bỏ **-s***	*Dùng thì hiện tại phụ thuộc cách*	*Dùng thì hiện tại phụ thuộc cách*	*Dùng thì hiện tại phụ thuộc cách*
HABLAR	**¡Habla!**	**¡No hables!**	**¡(No) hable!**	**¡(No) hablen!**
COMER	**¡Come!**	**¡No comas!**	**¡(No) coma!**	**¡(No) coman!**
DORMIR	**¡Duerme!**	**¡No duermas!**	**¡(No) duerma!**	**¡(No) duerman!**

CONVERSACIÓN 2
ĐÀM THOẠI 2

DESPUÉS DE LA GRADUACIÓN, ¿QUÉ?
RA TRƯỜNG RỒI LÀM GÌ ĐÂY?

Lidia Diego, ¡Felicitaciones! Acabas de graduarte, ¡qué fantástico! ¿Ya has conseguido un trabajo?
Diego, chúc mừng bạn nhé! Bạn vừa mới tốt nghiệp, thật là tuyệt! Bạn đã kiếm được việc làm rồi chứ?

Diego ¡Qué va! Yo sólo obtuve una licenciatura. Muchos graduados con una maestría o un doctorado todavía están sin trabajo.
Không có đâu! Tôi chỉ có bằng cử nhân. Nhiều người mới tốt nghiệp có bằng cao học hay tiến sĩ vẫn đang thất nghiệp đấy.

Lidia Pues, ¿crees que podrías tener trabajo más fácilmente con un título avanzado?
Vậy bạn nghĩ rằng bạn sẽ có thể có việc làm dễ dàng hơn với bằng cấp cao à?

Diego Por supuesto, la oportunidad sería mejor. ¿No te parece? Tú habrías tenido mucha suerte con tu primer trabajo, ¿no?
Tất nhiên là cơ hội sẽ tốt hơn rồi. Bạn không thấy sao? Chắc lúc trước bạn rất may mắn với công việc đầu tiên của bạn, phải không?

Lidia Sí. ¿Y qué harías tú con un buen puesto?
Phải. Còn bạn sẽ làm gì với một công việc tốt?

Diego Con un buen puesto, yo intentaría hacer todo lo posible para mantenerlo y establecer mi carrera.
Với một công việc tốt, tôi sẽ cố gắng hết sức mình để gìn giữ nó và để xây dựng sự nghiệp của tôi.

Lidia Me impresiona mucho tu afán. Buena suerte con todo, ¿eh?
Tôi rất thán phục nhiệt tình của bạn. Chúc bạn may mắn trong mọi việc nhé!

EXPLICACIONES DE GRAMÁTICA

CHÚ THÍCH VĂN PHẠM

1. **Thì hiện tại điều kiện cách/*El presente del condicional.*** Cho đến nay, chúng ta đã làm quen với ba cách trong tiếng Tây-ban-nha: *Chỉ định cách* (el modo indicativo), *phụ thuộc cách* (el modo subjuntivo) và *mệnh lệnh cách* (el modo imperativo). Bây giờ, chúng ta học thêm một cách nữa gọi là *điều kiện cách* (el modo condicional).

   Thì hiện tại điều kiện cách của các động từ có quy tắc được thành lập cùng một kiểu cho cả ba loại động từ như sau:

Thì hiện tại điều kiện cách – *El presente del condicional*					
				-ía	**-íamos**
Chủ từ	+	**Động từ nguyên mẫu**	+	**-ías**	
				-ía	**-ían**

Ví dụ: *funcionar* (chạy, hoạt động) => ***funcionaría, funcionarías, funcionaría, funcionaríamos, funcionarían***
aprender (học) => ***aprendería, aprenderías, aprendería, aprenderíamos, aprenderían***
recibir (nhận) => ***recibiría, recibirías, recibiría, recibiríamos, recibirían***

Những động từ nào có ngữ căn bất quy tắc ở *thì tương lai* cũng dùng những ngữ căn bất quy tắc này trong thì hiện tại điều kiện cách:

decir	***dir-***	***diría, dirías,…***	*saber*	***sabr-***	***sabría, sabrías,…***
hacer	***har-***	***haría, harías,…***	*poner*	***pondr-***	***pondría, pondrías,…***
poder	***podr-***	***podría, podrías,…***	*salir*	***saldr-***	***saldría, saldrías,…***
querer	***querr-***	***querría, querrías,…***	*venir*	***vendr-***	***vendría, vendrías,…***

Thì hiện tại điều kiện cách được dùng trong những trường hợp sau:

a. Hành động hay tình trạng *có tính cách giả thiết* trong một trường hợp nào đó:

   *¿**Solicitarías** tú un trabajo bajo esa circunstancia?* (Trong trường hợp đó bạn có xin việc làm không?
   *No **podríamos** enviar el mensaje sin ti.* (Không có bạn thì chắc chúng tôi sẽ không gởi mẩu tin đó đi được)
   *Yo que tú, no lo **haría**.* (Nếu tôi là anh thì tôi sẽ không làm chuyện đó)

b. Hành động hay tình trạng được coi như là *tương lai của một hành động hay tình trạng khác trong quá khứ:*

*Me dijo que **rellenaría** la solicitud de trabajo.* (Anh ấy nói với tôi là sẽ điền đơn xin việc)
*Creíamos que Mónica **aprobaría** el examen de acceso a la universidad.* (Chúng tôi đã tin tưởng rằng Mónica sẽ đậu kỳ thi tuyển vào đại học)

2. Thì quá khứ điều kiện cách/*El condicional perfecto.* Thì quá khứ điều kiện cách được thành lập theo công thức:

Thì quá khứ điều kiện cách – *El condicional perfecto*				
Chủ từ	+	**HABER** **(*Thì hiện tại điều kiện cách*)**	+	**Động từ chính** **(*Quá khứ phân từ*)**

Ví dụ: *cantar* => ***habría** (habrías, habríamos...) **cantado***
leer => ***habría** (habrías, habríamos...) **leído***
salir => ***habría** (habrías, habríamos...) **salido***

Thì quá khứ điều kiện cách được dùng trong những trường hợp sau:

a. Chỉ hành động hay tình trạng *đáng lẽ đã diễn ra trong quá khứ* (nhưng đã không diễn ra):

*Sin su ayuda, **habríamos suspendido** el examen.* (Không có sự giúp đỡ của ông thì chắc chúng tôi đã thi rớt)
*¿Qué **habría hecho** usted estando en mi pellejo?* (Nếu ở vào địa vị của tôi thì anh đã phải làm gì?)
*De haberlo sabido, yo te **habría enviado** un mensaje electrónico.* (Nếu biết được chuyện ấy thì tôi đã gởi cho bạn một lá thư điện tử rồi)

b. Chỉ một điều *đã có thể xảy ra* hay *một điều phỏng đoán trong quá khứ*:

*Tú **habrías estudiado** mucho para este examen, ¿verdad?* (Chắc bạn đã học nhiều cho bài thi này phải không?)
*Alguien **habría apagado** la computadora sin querer.* (Chắc ai đó lỡ tắt máy điện toán rồi)
***Habrían sido** las nueve cuando la impresora funcionó otra vez.* (Lúc ấy chắc vào khoảng chín giờ thì máy in hoạt động trở lại)

EJERCICIOS DE PRÁCTICA
BÀI TẬP THỰC HÀNH

I. Las tareas de oficina/*Công việc văn phòng.* Trong buổi họp, giám đốc và các nhân viên lần lượt tường trình và thảo luận về những công việc đã hay chưa làm hoặc những tình hình đã hay chưa diễn ra trong công ty. Dùng dạng thích hợp của *thì hiện tại hoàn thành* cho những động từ trong ngoặc đơn.

Modelo/*Câu mẫu* **José – *Experto técnico*:** Se _____ ____________ (***reparar***) tres computadoras portátiles.
Bạn nói và viết xuống ***han reparado.***

1. **Claudia – *Secretaria*:** Cuatro personas _____ ____________ (***solicitar***) trabajo con nosotros.
2. **Fernando – *Supervisor*:** Yo _____ ____________ (***recibir***) dos currículum vitae de ellos.
3. **Jorge – *Subdirector*:** Nosotros ya _____ ____________ (***tener***) tres entrevistas con ellos.
4. **Viviana – *Recepcionista*:** El ratón de mi computadora se _____ ____________ (***romper***).
5. **Miguel – *Contador*:** ¿ _____ ____________ (***escribir***) ustedes la lista de aumento de salarios?
6. **Jaime – *Gerente*:** Yo no lo _____ ____________ (***hacer***) porque necesito más información para algunos empleados.
7. **Fernando – *Supervisor*:** Claudia, _____ ____________ (***llamar***) tú a la compañía de seguros acerca de la renovación de nuestra política?
8. **Claudia – *Secretaria*:** Sí, pero ellos todavía no _____ ____________ (***rellenar***) los formularios de su parte.

II. Los mandatos informales y formales/*Mệnh lệnh thân mật và trang trọng.* Việt đang nói chuyện với người cố vấn học vụ về chương trình học của mình. Dùng *dạng trang trọng* cho những câu mệnh lệnh mà Việt dùng với người cố vấn và *dạng thân mật* cho những câu mệnh lệnh mà người cố vấn dùng với Việt.

Modelo/*Câu mẫu* **Consejero** Hola ¡_____________! (***sentarse***)
Bạn nói và viết xuống: ***Siéntate***
Việt Gracias. _____________ (***Ayudarme***) con mis estudios, por favor.
Bạn nói và viết xuống: ***Ayúdeme***

Consejero (1) _____________ (***Decirme***) cuántos cursos tomas este semestre.
Nói cho tôi biết mùa học này em đang lấy mấy lớp.

Việt Pues, tomo cuatro cursos. Dos de ellos son de matemáticas. (2) _____________ (***Hacerme***) el favor de confirmar si son necesarios para mi especialización.
Dạ, em lấy bốn lớp. Hai trong các lớp đó là lớp toán. Thầy làm ơn xác nhận cho em là hai lớp đó cần cho ngành chính của em.

Consejero (3) _____________ (***Darme***) tu lista de estudios, por favor. A ver, sí lo son. No (4) _____________ (***preocuparse***).
Đưa cho tôi xem danh sách các lớp của em. Xem nào, các lớp này đúng là cần đấy. Em đừng lo.

Việt (5) _____________ (***Decirme***), ¿Cuáles son los cursos de educación general necesito más? Tengo que graduarme pronto.
Xin thầy cho em biết, em còn cần bao nhiêu lớp giáo dục tổng quát nữa ạ? Em phải ra trường sớm.

Consejero ¡No (6) _____________ (***ser***) impaciente! Todavía necesitas un año de una lengua extranjera, un curso de física y otro de química.
Đừng mất kiên nhẫn chứ! Em vẫn còn cần một năm học một ngoại ngữ, một lớp vật lý và một lớp hoá học.

Việt Gracias por la información. Por favor, no (7) _____________ (***olvidarse***) de darme un formulario para la solicitud de ayuda financiera.
Cám ơn thầy đã cho em biết. Xin thầy đừng quên cho em một cái đơn xin trợ giúp tài chánh.

Consejero Aquí está. (8) _____________ (***llamarme***) cuando tengas más preguntas, ¿vale?
Đây này! Cứ gọi tôi khi em có gì thắc mắc nhé.

III. ¿Cómo sería el mundo en 2025?/*Thế giới năm 2025 sẽ như thế nào!* Những câu tiếng Việt dưới đây là những điều giả tưởng về việc học hành và làm việc vào năm 2025. Dùng *thì hiện tại điều kiện cách* cho tất cả những động từ cho sẵn trong ngoặc đơn và căn cứ vào phần từ vựng ở đầu chương để nói và viết các câu tương đương bằng tiếng Tây-ban-nha.

Modelo/*Câu mẫu* Sinh viên đại học có thể học tại nhà qua mạng lưới điện toán. (***poder***)
Bạn nói và viết xuống ***Los estudiantes universitarios <u>podrían</u> estudiar en casa por Internet.***

1. Các giáo sư sẽ đến trường đại học bằng máy bay. (***llegar***)

 ____

2. Các em học sinh tiểu học sẽ có máy điện toán xách tay. (***tener***)

 ____

3. Điện thoại cầm tay sẽ dùng năng lượng mặt trời (*la energía solar*) (***usar***).

 ____

4. Các công ty sẽ không bao giờ sa thải nhân viên nữa. (***despedir***)

 ____

5. Chỉ có sách điện tử (*libros electrónicos*) trong tiệm sách và thư viện. (***haber***)

 ____

6. Máy điện toán sẽ hoạt động như người máy (*robots*). (***funcionar***)

 ____

7. Không ai trong nước này còn thất nghiệp nữa. (***estar***)

 ____

8. Các cuộc phỏng vấn việc làm sẽ được thực hiện qua điện thoại truyền hình (*videoteléfono*) (***hacerse***)

 ____

9. Ngành y học sẽ nghiên cứu những chứng bệnh của con người (*enfermedades humanas*) trên những trạm không gian (*estaciones espaciales*). (***estudiar***)

 ____

10. Chúng ta sẽ xem hình ảnh ba chiều (*imágenes en tres dimensiones*) trên màn ảnh truyền hình (*televisión*). (***ver***)

IV. Una nota del gerente/*Lời nhắn của ông giám đốc.* Đọc qua mẩu tin dưới đây rồi nói và điền vào chỗ trống bằng dạng thích hợp của động từ trong ngoặc đơn ở *thì quá khứ điều kiện cách.*

Modelo/*Câu mẫu* La impresora ya _______ ______________ (***funcionar***) bien, ¿no?
Bạn nói và viết xuống ***habría*** ***funcionado***

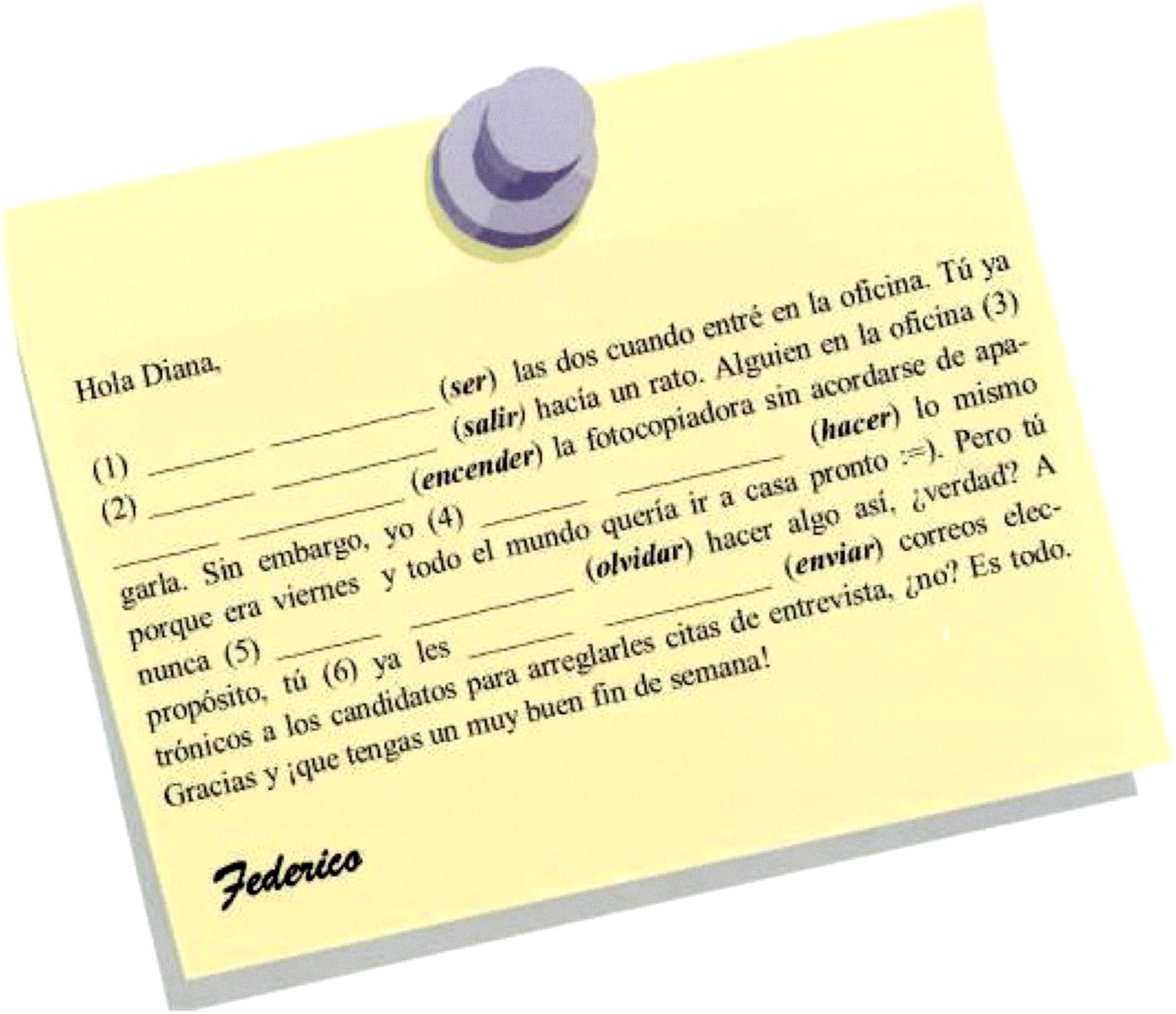
Hola Diana,
(1) _______ __________ (***ser***) las dos cuando entré en la oficina. Tú ya
(2) _______ __________ (***salir***) hacía un rato. Alguien en la oficina (3)
_______ __________ (***encender***) la fotocopiadora sin acordarse de apa-
garla. Sin embargo, yo (4) _______ __________ (***hacer***) lo mismo
porque era viernes y todo el mundo quería ir a casa pronto :=). Pero tú
nunca (5) _______ __________ (***olvidar***) hacer algo así, ¿verdad? A
propósito, tú (6) ya les _______ __________ (***enviar***) correos elec-
trónicos a los candidatos para arreglarles citas de entrevista, ¿no? Es todo.
Gracias y ¡que tengas un muy buen fin de semana!

Federico

V. ¿Cómo se dice todo esto es español?/*Nói tất cả những điều này như thế nào bằng tiếng Tây-ban-nha?* Dựa vào tất cả những điều đã học trong chương này, nói và viết xuống những câu sau đây:

1. Con gái tôi học trung học và con trai tôi học tiểu học.

   ____
2. Em muốn học chính trị học hay tin học ở đại học?

   ____
3. Patricio chưa tốt nghiệp đại học vì đã thi rớt môn địa lý.

   ____
4. Tôi đã học chương lịch sử này ở thư viện để thi vào tuần tới.

   ____
5. Các bạn hãy đậu môn thi xã hội học này!

   ____
6. Xin cô làm ơn gởi cho tôi một mẫu đơn xin việc làm.

   ____
7. Bạn đừng mở máy điện toán này lên vì nó không chạy đâu!

   ____
8. Bạn hãy tắt máy in sau khi dùng nó.

   ____
9. Có lẽ đã là nửa đêm lúc tôi nhận được thư điện tử của bạn.

   ____
10. Trong hoàn cảnh đó (*esa situación*), chắc tôi cũng đã phải sa thải nhiều nhân viên như anh đã làm vậy.

    ____

EXPLICACIÓN DEL PROVERBIO
GIẢI THÍCH CÂU TỤC NGỮ

- **Quien nada sabe, de nada duda.**

  quien: người nào mà
  nada: không gì cả
  sabe: biết
  de: về
  duda: nghi ngờ

Người nào không biết gì cả thì cũng chẳng thắc mắc gì cả. Tục ngữ Việt Nam cũng có câu *Ngu si hưởng thái bình.* Câu tiếng Tây-ban-nha đơn giản hơn ở chỗ đi thẳng vào vấn đề mà không bàn luận gì thêm cả: Không biết gì nên cũng chẳng cần thắc mắc làm chi. Câu tiếng Việt có phần sâu sắc hơn ở phần sau: *Hưởng thái bình* có ý nói là người không hiểu biết thì đầu óc lúc nào cũng được thảnh thơi và yên ổn.

CAPÍTULO DIEZ - *CHƯƠNG MƯỜI*

El entrenamiento – Actividades públicas

Giải trí – Sinh hoạt công cộng

Vocabulario funcional
Từ vựng thực dụng

- **Các loại giải trí**
- **Sinh hoạt công cộng**

Conversaciones
Đàm thoại

- **Một phân cảnh phim**
- **Trên đường phố**

Explicaciones de gramática
Chú thích văn phạm

- **Thì quá khứ bất hoàn phụ thuộc cách**
- **Thì tiền quá khứ chỉ định cách và phụ thuộc cách**
- **Các loại câu điều kiện**

Ejercicios de práctica
Bài tập thực hành

Explicación del provebio
Giải thích câu tục ngữ

Proverbio – *Tục ngữ*

Dentro de cien años todos calvos.

Chơi xuân kẻo hết xuân đi
Cái già sòng sọc nó thì theo sau.

VOCABULARIO FUNCIONAL

TỪ VỰNG THỰC DỤNG

SUSTANTIVOS – *DANH TỪ*

el ajedrez *m*	cờ
el baile *m*	sự khiêu vũ
el cine *m*	điện ảnh
el concierto *m*	buổi hoà nhạc
el deporte *m*	thể thao
la excursión *f*	cuộc đi dã ngoại
la fiesta *f*	buổi tiệc
el juego *m*	trò chơi
la música *f*	âm nhạc
el naipe *m*	lá bài
la obra *f*	vở kịch
el partido *m*	trận, cuộc tranh tài
el pasatiempo *m*	thú tiêu khiển
el paseo *m*	cuộc đi dạo
la película *f*	phim
el relajamiento *m*	sự nghỉ ngơi
el videojuego *m*	trò chơi điện tử

los almacenes *m pl*	tiệm bách hoá
la autopista *f*	xa lộ
el ayuntamiento *m*	toà thị chính
el banco *m*	ngân hàng
el barrio *m* **residencial**	khu dân cư
la calle *f*	đường phố
el centro comercial *m*	thương xá
el centro *m*	trung tâm thành phố
la comisaría *f*	ty cảnh sát
el embotellamiento *m*	sự kẹt xe
la estación *f* **de bomberos**	trạm cứu hoả
el estadio *m*	sân vận động
la feria *f*	hội chợ
el gimnasio *m*	phòng tập thể dục
el juzgado *m*	toà án
el monumento *m*	tượng đài
el museo *m*	viện bảo tàng
la oficina *f* **de correos**	bưu điện
el parque *m* **de diversiones**	khu giải trí
el parque *m*	công viên
la playa *f*	bãi biển
el supermercado *m*	siêu thị
el teatro *m*	rạp hát
el tráfico *m*	sự lưu thông
el zoo *m*	sở thú

ADJETIVOS – *TÍNH TỪ*

aburrido, -a	nhàm chán
apasionante	lôi cuốn, hấp dẫn
divertido, -a	vui nhộn
emocionante	gây cấn, ly kỳ
impresionante	ngoạn mục, gây ấn tượng mạnh
interesante	thú vị, hay

VERBOS – *ĐỘNG TỪ*

caminar *vi*	đi bộ
cocinar *vi*	làm bếp, nấu nướng
competir (i, i) *vi*	tranh tài
disfrutar *vt*	hưởng, thưởng thức
divertirse (ie, i) *vr*	giải trí
empatar *vi*	hoà
escuchar *vt*	lắng nghe
ganar *vt, vi*	thắng
manejar *vt, vi*	lái xe
pasear *vi*	đi dạo
perder (ie) *vt, vi*	mất, thua
relajarse *vr*	nghỉ ngơi

EXPRESIONES – *THÀNH NGỮ*

Lo siento	Tôi rất tiếc
estar de acuerdo con	đồng ý với
más o menos	cũng vầy vậy thôi
por un rato	trong chốc lát

CONVERSACIÓN 1
ĐÀM THOẠI 1

UNA ESCENA DE PELÍCULA
MỘT PHÂN CẢNH PHIM

Él ¿Qué hiciste tú sin mí ayer por la tarde?
Chiều hôm qua em làm gì lúc không có anh?

Ella Vi una película extranjera en la televisión. Más tarde, mi mamá me dijo que yo paseara con ella por un rato en el parque. Y tú, ¿adónde fuiste ayer?
Em xem một cuốn phim ngoại quốc trên truyền hình. Sau đó, mẹ em bảo em đi dạo với mẹ một lát trong công viên. Còn anh, hôm qua anh đi đâu?

Él Jesús me había llamado anteayer para recordarme que yo fuera con él para ver un partido de fútbol.
Hôm kia Jesús đã gọi nhắc anh đi xem một trận túc cầu với anh ấy.

Ella ¿Y lo pasaron ustedes muy bien?
Vậy hai anh có vui không?

Él Más o menos. Fue una lástima que tú no estuvieras con nosotros.
Cũng vầy vậy thôi. Tiếc rằng em không có mặt với bọn anh.

Ella Pero yo había dicho que nosotros tratáramos de vivir el uno sin la otra por un día. ¿Ya olvidaste?
Nhưng em đã bảo chúng mình thử sống một ngày vắng nhau, anh quên rồi sao?

EXPLICACIONES DE GRAMÁTICA

CHÚ THÍCH VĂN PHẠM

1. **Thì quá khứ bất hoàn phụ thuộc cách/*El imperfecto del subjuntivo.*** Thì quá khứ bất hoàn phụ thuộc cách được thành lập bằng cách lấy dạng động từ của ngôi ***ellos*** ở *thì quá khứ hoàn thành*, bỏ đi phần ***-ron*** rồi cộng vào các hậu tố ***-ra, -ras, -ra, -ramos, -ran.*** Xem công thức và các ví dụ sau:

Thì quá khứ bất hoàn phụ thuộc cách ***El imperfecto del subjuntivo***						
Chủ từ	+	**Dạng động từ của *ellos*** **(*Thì quá khứ hoàn thành*)**	-	**Bỏ đi -RON**	+	**-ra** **-ras** **-ra** **-ramos** **-ran**

decir => (ellos) ***dije~~ron~~*** => ***dije-*** => *dijera, dijeras, dijera, dijéramos, dijeran*
hablar => (ellos) ***habla~~ron~~*** => ***habla-*** => *hablara, hablaras, hablara, habláramos...*
servir => (ellos) ***sirvie~~ron~~*** => ***sirvie-*** => *sirviera, sirvieras, sirviera, sirviéramos...*

Thì quá khứ bất hoàn phụ thuộc cách được dùng trong hai trường hợp chính:

1. Dùng sau bất cứ mệnh đề chính nào đòi hỏi phụ thuộc cách như ở thì hiện tại, chỉ khác là mệnh đề chính ở đây có thì quá khứ:

   Ví dụ: ***Era*** *importante que tú no* ***jugaras*** *mucho los videojuegos.* (Điều quan trọng là em không nên chơi nhiều những trò chơi điện tử)
   Ella no ***creía*** *que yo tuviera bastante* ***relajamiento****.* (Cô ấy nghĩ rằng tôi không nghỉ ngơi đầy đủ)
   Me ***gustó*** *que la excursión* ***fuera*** *muy divertida.* (Tôi hài lòng là cuộc đi dã ngoại rất vui)

2. Dùng trong loại câu điều kiện (sẽ được trình bày chi tiết trong phần sau):

   Ví dụ: *Si yo* ***tuviera*** *tiempo, iría al concierto contigo.* (Giá mà có thì giờ thì tôi sẽ đi nghe hoà nhạc với anh)
   Si no ***lloviera****, podríamos ver el partido de baloncesto.* (Phải chi trời đừng mưa thì chúng ta đã có thể xem trận bóng rổ đó rồi)

2. Thì tiền quá khứ/*El pluscuamperfecto.* *Thì tiền quá khứ chỉ định cách* là một thì kép, bao gồm động từ ***haber*** ở *thì quá khứ bất hoàn chỉ định cách* và động từ chính ở dạng *quá khứ phân từ.*

Thì tiền quá khứ chỉ định cách ***El pluscuamperfecto del indicativo***				
Chủ từ	+	**HABER** **(*Thì quá khứ bất hoàn chỉ định cách*)**	+	**Động từ chính** **(*Quá khứ phân từ*)**

leer =>	*Yo*		***había***	***leído***
escribir =>	*Tú*		***habías***	***escrito***
manejar =>	*Él*		***había***	***manejado***
escuchar =>	*Nosotros*		***habíamos***	***escuchado***
divertirse =>	*Ellos*	*se*	***habían***	***divertido***

Thì tiền quá khứ chỉ định cách được dùng để chỉ hành động hay tình trạng *xảy ra trước một thời điểm, hành động hay tình trạng khác trong quá khứ.*

Ví dụ: *Cuando llegamos al cine, ya **habían empezado** la película.* (Khi chúng tôi đến rạp thì người ta đã bắt đầu cuốn phim)
*Mamá ya **había terminado** de cocinar antes de las cuatro.* (Mẹ đã nấu nướng xong xuôi trước bốn giờ)

Biết được thì tiền quá khứ chỉ định cách rồi thì rất dễ biết thì *tiền quá khứ phụ thuộc cách*, vì chỉ việc thay thế các dạng của trợ động từ ***haber*** bằng *thì quá khứ bất hoàn phụ thuộc cách.*

Thì tiền quá khứ phụ thuộc cách ***El pluscuamperfecto del subjuntivo***				
Chủ từ	+	**HABER** **(*Thì quá khứ bất hoàn phụ thuộc cách*)**	+	**Động từ chính** **(*Quá khứ phân từ*)**

caminar =>	*Yo*		***hubiera***	***caminado***
relajarse =>	*Tú*	*te*	***hubieras***	***relajado***
ganar =>	*Usted*		***hubiera***	***ganado***
perder =>	*Nosotros*		***hubiéramos***	***perdido***
empatar =>	*Ustedes*		***hubieran***	***empatado***

Thì tiền quá khứ phụ thuộc cách cũng được dùng như *thì tiền quá khứ chỉ định cách*, nghĩa là để chỉ hành động hay tình trạng đã diễn ra trước một thời điểm, hành động hay tình trạng khác trong quá khứ. Điểm khác biệt của thì tiền quá khứ phụ thuộc cách là nó được *dùng sau một mệnh đề có động từ hay thành ngữ đòi hỏi phụ thuộc cách.*

Ví dụ: ***Ojalá*** *que tú* ***hubieras venido*** *a la fiesta.* (Ước gì bạn đã đến được buổi tiệc đó!)
Era triste *que nuestro equipo de volibol* ***hubiera perdido*** *la competición.*
(Thật buồn là đội bóng chuyền của chúng ta đã thua trong trận tranh tài)
Quería *que ustedes* ***hubieran empatado*** *en el segundo tiempo.* (Lúc ấy tôi mong các bạn đã thủ huề trong hiệp hai)

Thì tiền quá khứ phụ thuộc cách còn được dùng trong các loại câu điều kiện (sẽ được nói đến một cách chi tiết trong phần văn phạm sau).

Ví dụ: *Si no* ***hubiera llovido****, nuestro equipo de natación habría ganado el campeonato.*
(Giá mà trời không mưa thì đội bơi lội của chúng ta đã thắng được giải vô địch)
Nos habríamos divertido más si la fiesta no ***hubiera terminado*** *tan temprano.* (Lẽ ra chúng tôi đã vui chơi thêm nữa nếu buổi tiệc đã không chấm dứt sớm như thế)

Nos habríamos divertido más si la fiesta no hubiera terminado tan temprano.

CONVERSACIÓN 2
ĐÀM THOẠI 2

EN LA CALLE
TRÊN ĐƯỜNG PHỐ

☞ **Phần tiếng Việt của mẫu đối thoại ở trang trước:**

1. Làm ơn cho tôi xem bằng lái của ông và giấy đăng bộ xe.
2. Chào cô cảnh sát. Nếu cô cho tôi một cơ hội thì chúng tôi sẽ giải thích cho cô nghe chuyện gì đã xảy ra.
3. Nếu chị tôi không sinh em bé hôm nay thì chúng tôi đã không chạy quá tốc độ cho phép. Chúng tôi phải đến thăm chị ấy ngay.
4. Em bé thì rất quý, nhưng chuyện gì đã xảy ra nếu ông bà gây nên tai nạn?
5. Nhưng đâu có xảy ra tai nạn nào đâu ạ! Chúng tôi mà không đến bệnh viện kịp thì chị tôi sẽ buồn lắm.
6. Rất tiếc tôi phải biên giấy phạt ông bà. Nếu chị của bà biết được rằng ông bà có thể gây ra tai nạn thì chắc cô ấy cũng đồng ý với tôi.

EXPLICACIONES DE GRAMÁTICA

CHÚ THÍCH VĂN PHẠM

Các loại câu điều kiện/*Oraciones condicionales.* Câu điều kiện thường được diễn tả trong một *câu phức,* bao gồm *một mệnh đề chính* nói về một hành động hay tình trạng dựa vào một điều kiện trong *mệnh đề phụ trạng từ* (thường bắt đầu bằng liên từ ***si*** *'nếu'*), theo cấu trúc sau:

Câu điều kiện – ***Oración condicional***	
Mệnh đề chính	*Mệnh đề phụ chỉ điều kiện*
Chủ từ + Động từ	**SI … Chủ từ + Động từ**
Nosotros iremos al parque Chúng tôi sẽ ra công viên	*si hace sol.* nếu trời nắng ấm.

Nếu mệnh đề phụ có chữ ***si*** được dùng trước mệnh đề chính, ta thường dùng dấu phẩy để ngăn cách hai mệnh đề:

Si hace sol, iremos al parque. (Nếu trời nắng ấm, chúng tôi sẽ ra công viên)

Si hace sol, iremos al parque.

Có ba loại câu điều kiện chính:

1. Điều kiện *có thể xảy ra trong tương lai*:

   *Si **ves** esa película bien emocionante, la **disfrutarás** mucho.* (Nếu bạn xem cuốn phim gây cấn đó thì bạn sẽ thích lắm)
   ***Escucharemos** música si **pasas** por mi casa.* (Chúng ta sẽ cùng nghe nhạc nếu bạn ghé qua nhà tôi chơi)

2. Điều kiện *không thể xảy ra trong hiện tại*:

   ***Jugaríamos** ajedrez si no **tuviera** que ir al ayuntamiento.* (Lẽ ra chúng ta có thể đánh cờ nếu tôi không phải đi ra toà thị chính)
   *Si **fuera** un multimillonario, **compraría** una isla para disfrutar la vida.* (Nếu tôi là tỷ phú, tôi sẽ mua một hòn đảo để vui hưởng cuộc sống)

3. Điều kiện *không thể xảy ra trong quá khứ*:

   *Si **hubieras salido** de la casa más temprano, no **habrías estado** en el embotellamiento.* (Nếu hôm đó bạn ra khỏi nhà sớm hơn thì đã không bị kẹt xe)
   *Ese barrio residencial se **habría encendido** si los bomberos no **hubieran llegado** a tiempo.* (Khu dân cư đó lẽ ra đã cháy rụi nếu lính cứu hoả không đến kịp thời)

TÓM TẮT CÁCH DÙNG CÂU ĐIỀU KIỆN		
	*Mệnh đề phụ điều kiện + **SI***	*Mệnh đề chính*
Điều kiện có thể xảy ra trong tương lai →	***Thì hiện tại chỉ định cách*** *Si yo **tengo** tiempo libre* Nếu lúc nào tôi có thì giờ rảnh →	***Thì tương lai chỉ định cách*** ***paseraé** en el parque* tôi sẽ đi dạo trong công viên
Điều kiện không thể xảy ra trong hiện tại →	***Thì quá khứ bất hoàn phụ thuộc cách*** *Si yo **tuviera** tiempo libre* Giá bây giờ tôi có thì giờ rảnh →	***Thì hiện tại điều kiện cách*** ***pasearía** en el parque* tôi sẽ đi dạo trong công viên
Điều kiện không thể xảy ra trong quá khứ →	***Thì tiền quá khứ phụ thuộc cách*** *Si yo **hubiera tenido** tiempo libre* Giá lúc đó tôi có thì giờ rảnh →	***Thì quá khứ điều kiện cách*** ***habría paseado** en el parque* chắc tôi đã đi dạo trong công viên

EJERCICIOS DE PRÁCTICA
BÀI TẬP THỰC HÀNH

I. Lo pasado/*Những điều đã qua.* Mùa hè năm trước đã qua như một giấc mộng! Bạn hồi tưởng lại những gì đã làm với gia đình và cô bạn gái. Hoàn tất các câu sau đây bằng cách dùng dạng thích hợp của các động từ trong ngoặc đơn ở *thì quá khứ bất hoàn phụ thuộc cách.*

Modelo/*Câu mẫu*

Fue una lástima que yo _____________ (***mirar***) mucha televisión.
Bạn nói và viết xuống ***mirara***

1. A mi novia no le gustaba que yo __________ (***jugar***) videojuegos.

2. Era natural que nosotros ___________ (***pasear***) en la playa todos los días.

3. Mis familiares siempre querían que yo __________ (***ir***) al concierto con ellos.

4. Fue triste que mi novia me _________ (***ganar***) en voleibol playero.

5. Ojalá que nosotros ____________ (***poder***) ir al teatro con más frecuencia.

6. Era fantástico que ella y yo __________ (***divertirse***) mucho en la naturaleza.

II. ¿Qué se había hecho antes?/*Trước đó người ta đã làm gì?* Mọi người đều bận rộn với những công việc hằng ngày. Trong các câu dưới đây, một việc làm trong quá khứ đã được thực hiện trước một việc khác trong ngày hôm qua. Hoàn tất các câu nói bằng dạng thích hợp của các động từ trong ngoặc đơn ở *thì tiền quá khứ chỉ định cách.*

Modelo/*Câu mẫu*

Antes de ir al gimnasio, María _____ _________ (***leer***) libros en la biblioteca.

*Bạn nói và điền vào **había leído***

1. Después de que Juan _____ _________ (***sacar***) dinero del banco, fue a la oficina de correos.

2. Mamá e hijo _____ _________ (***visitar***) el museo antes de divertirse en el zoo.

3. Marta _____ _________ (***pasar***) por el supermercado antes de hacer las compras en el centro.

4. Antes de llegar a la comisaría, el alcalde _____ _________ (***hablar***) en la estación de bomberos.

5. Rodrigo llegó tarde a la pirámide porque _____ _________ (***estar***) en un embotellamiento.

6. El futbolista _____ _________ (***salir***) del estadio antes del accidente en la autopista.

III. Oraciones condicionales/*Câu điều kiện.* Dựa vào phần gợi ý về loại câu điều kiện trong ngoặc đơn, hoàn tất các câu dưới đây với dạng thích hợp của các động từ trong ngoặc. Tham khảo bảng tóm tắt cách dùng câu điều kiện trong phần văn phạm để chọn đúng thì và cách của động từ.

Modelo/*Câu mẫu*

(Điều kiện không thể xảy ra trong hiện tại)
Si yo __________ (***tener***) tiempo hoy, __________ (***ir***) al parque de diversiones contigo.

Bạn nói và điền vào ***tuviera*** ***iría***

1. *(Điều kiện có thể xảy ra trong tương lai)*
Si te __________ (***gustar***) pasear tranquilamente, yo te __________ (***manejar***) a esta playa impresionante.

2. *(Điều kiện không thể xảy ra trong quá khứ)*
El equipo italiano se ______ __________ (***clasificar***) para el final si _______ _________ (***ganar***) el último partido.

3. *(Điều kiện không thể xảy ra trong hiện tại)*
Si usted __________ (***seguir***) jugando a los naipes así, nunca __________ (***poder***) relajarse.

4. *(Điều kiện không thể xảy ra trong hiện tại)*
Si tu esposa nunca __________ (***estar***) harta de cocinar, tú no __________ (***deber***) invitarla a este restaurante elegante.

5. *(Điều kiện không thể xảy ra trong quá khứ)*
Si tu hermana no ______ __________ (***tener***) ningún pasatiempo, ella se ______ __________ (***sentir***) muy aburrida.

IV. ¿Cómo se dice todo esto en español? *Xin chúc mừng bạn!* **¡Felicitaciones!** Bạn đã đi qua một chặng đường khá dài suốt mười chương sách. Bạn đã vượt qua những khó khăn và thử thách của một ngôn ngữ mới mà không bỏ cuộc. Xin nhớ là "văn ôn võ luyện", học xong cuốn sách rồi chưa có nghĩa là chúng ta đã có thể sử dụng thành thạo tiếng Tây-ban-nha. Hãy trở lại những phần trước để ôn lại những điều đã học cho đến khi thuần thục. Bây giờ, xin mời bạn làm bài tập chót của cuốn sách này, dựa theo phần gợi ý bằng tiếng Việt dưới đây:

1. Tuần trước, Silvestre bảo tôi đến thư viện để học với anh ấy.

   ____

2. Thật đáng tiếc là hôm qua tôi không thể đi khiêu vũ với cô.

   ____

3. Tối hôm qua Sabrina và tôi đã đánh cờ trước khi đi ngủ.

   ____

4. Có người nào đó đã chơi trò chơi điện tử trước lúc tám giờ trong căn phòng này.

   ____

5. Cầu xin cho anh ấy đã lái xe về nhà trước nửa đêm hôm qua.

   ____

6. Nếu đội bóng rổ của chúng tôi tranh tài ngày mai, chúng tôi sẽ thắng trận đấu đó.

   ____

7. Giá chúng ta không thua trận chung kết, chúng ta đã có thể hưởng một mùa hè vui vẻ rồi.

   ____

8. Tối nay mọi người sẽ vui chơi đến nửa đêm nếu trời không mưa.

   ____

9. Tôi đồng ý với anh: Cuốn phim Tây-ban-nha đó thật nhàm chán.

   ____

10. Tôi rất tiếc. Chắc tôi đang ngủ lúc anh gọi điện thoại cho tôi.

    ____

Si fuera un multimillonario, compraría una isla para disfrutar la vida.

EXPLICACIÓN DEL PROVERBIO
GIẢI THÍCH CÂU TỤC NGỮ

- **Dentro de cien años todos calvos.**
  dentro de: trong vòng
  cien: một trăm
  años: năm
  todos: tất cả mọi người
  calvos: hói đầu

Trong vòng một trăm năm nữa người nào cũng sẽ hói đầu. Câu này có ý nói trước sau gì chúng ta cũng rụng tóc, cũng già, cũng chết, và ngụ ý là vì thế mà chúng ta hãy tận hưởng cuộc sống đi. Trong tiếng Việt có một câu ca dao nói thẳng ra cả hai ý đó: *Chơi xuân kẻo hết xuân đi, cái già sòng sọc nó thì theo sau.* Nghe câu tiếng Việt, có lẽ chúng ta cảm nhận cái phù du của cuộc sống thấm thía hơn là nghe câu tiếng Tây-ban-nha, phải không bạn?

Apéndice I

RESPUESTAS A LOS EJERCICIOS DE PRÁCTICA

PHẦN TRẢ LỜI CÁC BÀI TẬP THỰC HÀNH

CAPÍTULO UNO – CHƯƠNG MỘT

V. ¿Cómo se dice todo esto en español?/*Nói những điều này bằng tiếng Tây-ban-nha như thế nào?*

A: Me llamo Huy. Y tú, ¿cómo te llamas?
B: Me llamo José. ¿Cómo se llama ella?
A: Se llama Hoa. Tu nombre se escribe J, O, S, E, ¿verdad?
B: Sí, pero E con acento. ¿Y cómo se escribe tu nombre?
A: Mi nombre se escribe H, U, Y.

CAPÍTULO DOS – CHƯƠNG HAI

I. Saludos/*Chào hỏi.*

(1) ¡Buenos días! (2) Me llamo (*Tên của bạn*). (3) ¿Cómo está usted?
(4) Estoy bien también. (5) ¡Adiós, Sara!

II. Información personal/*Chi tiết cá nhân.*

(1) Hola (2) Estoy bien
(3) ¿De qué país eres (tú)?
(4) ¿Cuál es tu nacionalidad?
(5) soy (*doctor*) (6) ¿qué haces?
(7) son (*profesores*)

III. Ocupaciones y nacionalidades/ *Nghề nghiệp và quốc tịch.*

1. Profesor vietnamita
2. Secretaria panameña
3. Doctores mexicanos
4. Camarera brasileña
5. Vendedora francesa
6. Ingenieros canadienses
7. Chófer boliviana
8. Abogada coreana

IV. Formas con distinciones de género y de número/*Những dạng thức khác nhau về giống và số.*

1. Nosotras somos vendedoras.
2. Ellas son nicaragüenses.
3. ¿Qué hacen ustedes?
4. ¿Son ustedes artistas?
5. Ellas no son francesas.
6. Ustedes son japonesas, ¿verdad?
7. Nosotras no somos chinas.
8. ¿De qué país/países son ellas?

V. ¿Cómo se dice todo esto en español?/*Nói những điều này bằng tiếng Tây-ban-nha như thế nào?*

1. Señor, ¿de qué país es usted?
2. Señora, ¿cuál es su nacionalidad?
3. Me llamo Việt. ¿Cómo te llamas?
4. Soy de Vietnam. Soy vietnamita.
5. Juan y Julia son de España. Son españoles.
6. Eres francés/francesa, ¿no?
7. María y Marisela son de México. Son mexicanas.
8. No somos japoneses. Somos chinos.
9. Buenas tardes. ¿Cómo estás?
10. Estoy muy bien. ¿Y tú?

CAPÍTULO TRES – CHƯƠNG BA

I. El parentesco/*Quan hệ gia tộc.*

1. tía
2. padre político
3. primos
4. hermana política
5. sobrino
6. nieto
7. padrino
8. ahijado
9. madrastra
10. hija política

II. Una entrevista/*Một cuộc phỏng vấn.*

1. Me llamo (*Hoa, Lan, Tâm, etc.*).
2. Tengo (*veinte, veinticinco, etc.*) años.
3. Soy (*vietnamita, mexicano, etc.*)
4. Mi familia vive en (*Los Ángeles, Santa Ana, etc.*)
5. Soy (*estudiante, abogado, etc.*)
6. Hay (*cuatro, cinco, etc.*) personas en mi familia.
7. Sí, tengo (*dos, tres, etc.*) hermanos/No, no tengo hermanos.
8. Mis padres son (*altos, simpáticos, etc.*)
9. Sí, hablo inglés/No, no hablo inglés.

III. Verbos en el presente del indicativo/*Động từ ở thì hiện tại chỉ định cách.*

1. Hay
2. vivimos
3. son
4. es
5. es
6. soy
7. hablamos
8. habla
9. comemos
10. bebemos
11. Tenemos
12. tiene

IV. Adjetivos posesivos/*Tính từ sở hữu.*

1. tus
2. Nuestros
3. sus
4. Nuestra
5. Su
6. Su
7. Mis
8. Su
9. su
10. Sus

V. Expresiones con el verbo TENER/*Thành ngữ với động từ TENER.*

1. tengo sed
2. tiene hambre
3. Tienes --- vergüenza
4. tiene miedo
5. tiene suerte
6. tienen sueño
7. tiene razón
8. tiene éxito

VI. Operaciones matemáticas básicas/*Các phép toán căn bản.*

1. Cien entre veinte es igual a cinco.
2. Catorce más veintiséis es igual a cuarenta.
3. Cincuenta y siete menos doce es igual a cuarenta y cinco.
4. Dieciocho por cinco es igual a noventa.
5. Sesenta más diecisiete es igual a setenta y siete.
6. Ochenta y ocho entre cuatro es igual a veintidós.
7. Veintiuno por tres sesenta y tres.
8. Setenta y siete menos treinta y tres es igual a cuarenta y cuatro.
9. Sesenta y nueve menos cero es igual a sesenta y nueve.
10. Treinta y tres por tres es igual a noventa y nueve.

VII. ¿Cómo se dice todo esto en español?/*Nói những điều này bằng tiếng Tây-ban-nha như thế nào?*

1. ¿Dónde viven tus padres?
2. Mi hermana mayor tiene dos hijos y una hija.
3. ¿Cuántos años tienen tus abuelos maternos?
4. La niña tiene sueño, ¿verdad?
5. Cuántos hombres hay en la familia de ella? (en su familia)
6. Ellas quieren beber agua.
7. Nuestro profesor habla vietnamita y español.
8. Tienes razón: Veinticinco entre cinco es igual a cinco.
9. ¿Cómo es el esposo de María?
10. No tenemos hambre.

CAPÍTULO CUATRO – *CHƯƠNG BỐN*

I. ¿Qué hora es?/*Mấy giờ rồi?*

1. Son las doce y treinta y tres de la tarde ~ Es la una menos veintisiete de la tarde.
2. Son las seis y cuarto de la mañana ~ Son las seis y quince de la mañana.
3. Son las doce de la noche ~ Es la medianoche.
4. Son las tres de la madrugada.
5. Son las diez y veintiséis de la mañana.
6. Son las diez y treinta de la noche ~ Son las diez y media de la noche.

II. Una tarjeta postal/*Một tấm bưu thiếp.*

1. tengo
2. vamos
3. traigo
4. prefiere
5. salimos
6. bebo
7. toma
8. estamos
9. viene

III. Actividades diarias/*Sinh hoạt hằng ngày.*

1. me acuesto
2. se ducha
3. se afeita
4. Te vistes
5. se cepilla
6. se maquilla
7. se despierta
8. nos ponemos

IV. ¿Cómo se dice todo esto en español?/*Nói những điều này bằng tiếng Tây-ban-nha như thế nào?*

Laura	Perdón, señor, ¿qué hora es? No llevo un reloj hoy.
Ông Ba	Son las ocho de la mañana.
Laura	Muchas gracias, señor.
Ông Ba	De nada. ¿Te levantas temprano?

Laura	No, me levanto muy tarde.
Ông Ba	¿A qué hora te acuestas en la noche?
Laura	Me acuesto a las once y media de la noche.
Ông Ba	¡Muy tarde! ¿Desayunas en la mañana?
Laura	Sí, pero no tengo tiempo para maquillarme.
Ông Ba	¿Cómo te sientes ahora?
Laura	Me siento muy nerviosa.

CAPÍTULO CINCO – *CHƯƠNG NĂM*

I. ¿SABER o CONOCER?/*SABER hay CONOCER?*

1. Conoces
2. sabe
3. Sabes
4. sé
5. sabe
6. saben
7. conozco
8. saber
9. conocer

II. ¿Qué están haciendo?/*Họ đang làm gì vậy?*

1. están bailando
2. estoy nadando
3. estás cantando
4. está tocando
5. estamos esquiando
6. está lavando

III. ¿SER o ESTAR?/*SER hay ESTAR?*

1. está
2. estoy
3. estoy
4. son
5. es
6. estamos
7. es
8. es

9. es
10. estamos
11. estoy

IV. ¿Dónde están los animales?/*Các con vật ở đâu?*

2. El gato está dentro de la canasta.
3. El perro está detrás de la canasta.
4. El pájaro está encima de la canasta.
5. La gallina está delante de la canasta.
6. El ratón está debajo de la canasta.
7. El cerdo está a la izquierda de la canasta.
8. La mariposa está sobre la canasta.
9. El pato está a la derecha de la canasta.

V. Adjetivos demostrativos/*Tính từ chỉ định.*

2. esos --- tenedores
3. aquel cuchillo
4. estas cucharas
5. aquella taza
6. esos palillos

VI. ¿Cómo se dice todo esto en español?/*Nói những điều này bằng tiếng Tây-ban-nha như thế nào?*

1. ¿Qué estás haciendo? ¿Trabajando o durmiendo?
2. Estamos bailando y cantando en la casa de Viet.
3. Señores, ¿quieren ustedes beber jugo de naranja o prefieren cerveza?
4. Julieta es la muchacha al lado de Romeo.
5. El tenedor está a la izquierda del plato, y el cuchillo y la cuchara están a la derecha del plato.
6. ¡Esta ensalada de camarón y de carne está muy agria y picante!
7. No conozco a aquel ingeniero pero sé que se llama Antonio García.
8. ¿Comes verduras y carne y bebes vino para la cena?
9. Esos niños no beben leche y no comen pasteles.
10. Sé nadar pero no sé esquiar.

CAPÍTULO SEIS – *CHƯƠNG SÁU*

I. En el banco/*Trong ngân hàng.*

1. dos mil; mil quinientos
2. trescientos cincuenta y seis
3. setecientos noventa
4. seiscientos cincuenta mil
5. doscientos cincuenta y seis millones cuatrocientos setenta y cinco mil

II. Los pronombres de complemento directo/*Đại danh từ túc từ trực tiếp*

1. ¿Quién quiere comprar**los**? ~ ¿Quién **los** quiere comprar?
2. Rosa siempre **lo** lleva en ocasiones importantes.
3. Yo **la** prefiero.
4. Hay que poner**los** aquí.
5. ¿Estás mirándo**la**? ~ ¿**La** estás mirando?

III. Pronombres de complemento directo e indirecto usados juntos/*Đại danh từ túc từ trực tiếp và gián tiếp dùng chung với nhau.*

1. Yo **me lo** pongo.
2. Él **se los** quita.
3. Ella **se la** escribe.
4. Ellos quieren comprár**noslas**. ~ Ellos **nos las** quieren comprar.
5. Voy a comprár**telas**. ~ **Te las** voy a comprar.

IV. ¿Qué les gustar hacer a estas personas?/*Những người này thích làm gì?*

1. le gusta dormir.
2. me gusta comer.
3. les gusta cantar.
4. les gusta bailar.
5. le gusta maquillarse.
6. le gusta afeitarse.

¿Qué tipo de ropa les gusta a estas personas?/*Những người này thích loại y phục gì?*

7. nos gusta la blusa.
8. te gusta el traje.

9. le gustan las medias.
10. le gusta el sombrero.
11. le gusta el pañuelo.
12. le gustan los pantalones/los vaqueros.

V. Comparaciones/*Các dạng so sánh.*

1. Los zapatos rojos son menos baratos que los zapatos amarillos.
2. El cinturón anaranjado es mejor que el cinturón gris.
3. La corbata verde parece tan bonita como la corbata morada.
4. La blusa roja es la más pequeña de todas (las blusas).
5. Las sandalias rosadas son carísimas.

VI. Comparación de personas/*So sánh người.*

1. Lisa tiene tantas amigas como Vicente.
2. Raúl corre menos rápido que Nancy.
3. El profesor es mayor que el arquitecto.
4. Lorena está tan alta como Luisa.
5. Roberto es el (muchacho) menos guapo de todos (los muchachos).
6. Lolita es simpatiquísima.

VII. ¿Cómo se dice todo esto en español?/*Nói những điều này bằng tiếng Tây-ban-nha như thế nào?*

1. ¿Cuánto cuesta este vestido rosado?
2. Nací en mil novecientos noventa y dos.
3. ¡Estos zapatos grises están bonitísimos! ¿Quieres comprarlos?
4. ¿Compras esta corbata para tu padre? Sí, se la compro.
5. A nosotros nos gustan las blusas de seda.
6. A mi amigo le gusta llevar chaquetas de cuero.
7. A mí no me gustan estos pañuelos rojos.
8. Esta falda negra es más cara que esa falda morada.
9. Estas sandalias grandes son mejores que aquellas sandalias pequeñas.
10. Este suéter verde es el más bonito de todos.

CAPÍTULO SIETE – *CHƯƠNG BẢY*

I. El futuro/*Thì tương lai.*

1. (a) va a visitar
   (b) visitará
2. (a) vas a ir
   (b) irás
3. (a) vamos a venir
   (b) vendremos
4. (a) Van a poder
   (b) Podrán
5. (a) va a tener
   (b) tendrá
6. (a) va a viajar
   (b) viajará
7. (a) voy a tomar
   (b) tomaré
8. (a) Va a llover
   (b) Lloverá
9. (a) Va a haber
   (b) Habrá
10. (a) van a ser
    (b) serán

II. ¿Qué se hace aquí?/*Người ta đang làm gì ở đây?*

1. Se baila el tango en Argentina.
2. Se usan palillos en Vietnam.
3. Se juega al fútbol en Brasil.
4. Se adora la tauromaquia en España.
5. Se ven muchos indígenas en Perú.
6. Se hacen cigarros en Cuba.

III. Expresiones indefinidas y negativas/*Thành ngữ bất định và phủ định.*

1. alguien
2. nadie
3. algunos
4. algunos

5. ninguno
6. algo
7. nada
8. algún
9. alguna
10. nunca
11. ningún
12. siempre
13. ningún
14. algún
15. ningún
16. tampoco
17. algo
18. o
19. o
20. nada

IV. ¿Qué tiempo hace?/*Thời tiết như thế nào?*

1. buen tiempo
2. sol
3. frío
4. Llueve
5. nevando
6. tormenta
7. nublado
8. luna

V. ¿Cómo se dice todo esto en español?/*Nói những điều này bằng tiếng Tây-ban-nha như thế nào?*

1. Trabajo los lunes, los miércoles y los viernes.
2. Hace mucho frío en diciembre y en enero aquí.
3. Vamos a tomar unas vacaciones de verano en Hawái la próxima semana.
4. Mis primos me visitarán a fines de este año.
5. ¿Hay algún autobús para la Ciudad de México los sábados?
6. Él no quiere hacer nada y no quiere hablar con nadie tampoco.
7. Está lloviendo en mi ciudad.
8. La familia de Viet tendrá cuatro pasajes para Panamá el próximo mes.
9. Hay cuatro estaciones en un año: la primavera, el verano, el otoño y el invierno.

10. No estará nublado mañana por la tarde.

CAPÍTULO OCHO – *CHƯƠNG TÁM*

I. Al buscar un nuevo apartamento/*Đi tìm một căn chung cư mới.*

1. Viste
2. pregunté
3. dijo
4. Pudiste
5. funcionaron
6. prometió
7. gustó
8. preferí
9. fuiste
10. encantaron
11. gustó
12. sugirió

II. La casa de mi niñez/*Căn nhà thời thơ ấu của tôi.*

1. tenía
2. vivía
3. era
4. estaba
5. jugaba
6. hablaba
7. veían
8. leían
9. tomábamos
10. estaban
11. iban
12. era
13. teníamos

III. ¿El pretérito o el imperfecto?/*Thì quá khứ hoàn thành hay thì quá khứ bất hoàn?*

1. fue
2. pasó
3. Hubo

4. Eran
5. hablaba
6. oí
7. bajaste
8. quería
9. estaba
10. entré
11. viste
12. sentí
13. siguió
14. veías
15. dijo
16. estaba
17. me quedaba
18. ocurrió
19. tocó
20. Grité
21. hubo
22. Era

IV. En la clínica de urgencia/*Ở trạm cấp cứu.*

1. es
2. duela
3. vaya
4. tengas
5. desaparece
6. se mejore
7. poder
8. muevas
9. apliques
10. haya
11. alivie
12. sentirme
13. cure

V. ¿Cómo se dice todo esto en español?/*Nói những điều này bằng tiếng Tây-ban-nha như thế nào?*

1. La semana pasada yo quería visitarla pero no pude.
2. ¿Viste usted a Pablo en el comedor o en el jardín?
3. Ayer yo leía un libro cuando Vicente me llamó (por teléfono).
4. ¿Cuántos años tenías cuando tu padre compraste esta casa?
5. Cuando era niño, yo jugaba al tenis con ella durante los fines de semana.
6. Es necesario que durmamos por lo menos siete horas cada noche.
7. ¿Conoce usted a alguien que pueda pasar la aspiradora en este cuarto?
8. Voy a planchar la ropa hasta que llegue Marisa.
9. Aquí no hay nadie que tenga alergia al huevo.
10. El doctor no cree que yo esté con gripe.

CAPÍTULO NUEVE – *CHƯƠNG CHÍN*

I. Las tareas de oficina/*Công việc văn phòng.*

1. han solicitado
2. he recibido
3. hemos tenido
4. ha roto
5. Han escrito
6. he hecho
7. has llamado
8. han rellenado

II. Los mandatos informales y formales/*Mệnh lệnh thân mật.*

1. Dime
2. Hágame
3. Dame
4. te preocupes
5. Dígame
6. seas
7. se olvide
8. Llámame

III. ¿Cuál sería el mundo en 2025?/*Thế giới năm 2025 sẽ như thế nào?*

1. Los profesores llegarían a la universidad por avión.
2. Los alumnos de escuela primaria tendrían computadoras portátiles.
3. Los teléfonos móviles usarían la energía solar.
4. Las empresas nunca despedirían más a empleados.
5. Habría sólo libros electrónicos en librerías y bibliotecas.
6. Las computadoras funcionarían como robots.
7. Nadie en este país estaría sin trabajo.
8. Las entrevistas de trabajo se harían por videoteléfono.
9. La medicina estudiaría las enfermedades humanas en estaciones espaciales.
10. Veríamos imágenes en tres dimensiones en la pantalla de televisión.

IV. Una nota del gerente/*Lời nhắn của ông giám đốc.*

1. Habrían sido
2. habrías salido
3. habría encendido
4. habría hecho
5. habrías olvidado
6. habrías enviado

V. ¿Cómo se dice todo esto en español?/*Nói những điều này bằng tiếng Tây-ban-nha như thế nào?*

1. Mi hija va a la escuela secundaria y mi hijo (va) a la escuela primaria.
2. ¿Quieres estudiar ciencias políticas o informática en la universidad?
3. Patricio todavía no se ha graduado en la universidad porque ha suspendido el examen de geografía.
4. Ya he aprendido este capítulo de historia en la biblioteca para hacer el examen la próxima semana.
5. ¡Aprueben este examen de ciencias sociales!
6. Señorita, por favor envíeme un formulario de solicitud de trabajo.
7. No enciendas esta computadora porque no funciona.
8. Apaga la impresora después de usarla.
9. Habría sido la medianoche cuando recibí tu correo electrónico.
10. En esa situación, yo habría tenido que despedir a muchos empleados como hisciste.

CAPÍTULO DIEZ – *CHƯƠNG MƯỜI*

I. Lo pasado/*Những điều đã qua.*

1. jugara
2. paseáramos
3. fuera
4. ganara
5. pudiéramos
6. nos divirtiéramos

II. ¿Qué se había hecho antes?/*Trước đó người ta đã làm gì?*

1. había sacado
2. habían visitado
3. había pasado
4. había hablado
5. había estado
6. había salido

III. Oraciones condicionales/*Câu điều kiện.*

1. gusta – manejaré
2. habría clasificado – hubiera ganado
3. siguiera – podría
4. estuviera – debería
5. hubiera tenido – habría sentido

IV. ¿Cómo se dice todo esto en español?/*Nói những điều này bằng tiếng Tây-ban-nha như thế nào?*

1. La semana pasada, Silvestre me dijo que fuera a la biblioteca para estudiar con él.
2. Fue una lástima que yo no pudiera ir al baile con usted ayer.
3. Anoche Sabrina y yo jugamos ajedrez antes de acostarnos.
4. Alguien había jugado videojuegos antes de las ocho en este cuarto.
5. Ojalá que él hubiera manejado a casa antes de la medianoche ayer.
6. Si nuestro equipo de baloncesto compite mañana, ganaremos ese partido.
7. Si no hubiéramos perdido el final, habríamos podido disfrutar un verano feliz.
8. Esta noche todo el mundo se divertirá hasta la medianoche si no llueve.
9. Estoy de acuerdo contigo: Esa película española es muy aburrida.
10. Lo siento. Yo habría estado durmiendo cuando tú me llamaste.

APÉNDICE II – *PHỤ LỤC II*
ÍNDICE GRAMATICAL – *DANH MỤC VĂN PHẠM*

APÉNDICE III – *PHỤ LỤC III*
VOCABULARIO ESPAÑOL – VIETNAMITA
TỪ VỰNG TÂY-BAN-NHA – VIỆT

Những chữ viết tắt:

adj	adjetivo	*tính từ*
adv	adverbio	*trạng từ*
art	artículo	*mạo từ*
conj	conjunción	*liên từ*
f	(sustantivo) femenino	*danh từ giống cái*
imp	(verbo) impersonal	*động từ dùng không ngôi*
interj	interjección	*tán thán từ*
inv	(sustantivo) invariable	*danh từ không thay đổi ở số ít và số nhiều*
m	(sustantivo) masculino	*danh từ giống đực*
pl	(sustantivo) plural	*danh từ thường dùng ở số nhiều*
prep	preposición	*giới từ*
pron	pronombre	*đại danh từ*
vi	verbo intransitivo	*tự động từ*
vr	verbo reflexivo	*động từ tự phản*
vt	verbo transitivo	*tha động từ*

A

a *prep* **1** đối với **2** đến **3** vào (*lúc*) **4** (*không dịch*) dùng trước túc từ trực tiếp chỉ người hay sự vật nhân cách hoá
abogado, -a *m/f* luật sư
abrigo *f* áo choàng
abril *m* tháng tư
abuelo, -a *m/f* ông, bà
aburrido, -a *adj* **1** (+ ***ser***) đáng chán, nhàm chán **2** (+ ***estar***) chán chường
acabar de *vi* vừa mới (*làm gì*)
accidente *m* tai nạn
acento *m* **1** dấu sắc **2** giọng nói
acerca de *prep* liên quan đến, về
acostarse (ue) *vr* đi ngủ
actividad *f* sinh hoạt
acuerdo *m* sự đồng ý • ***estar de acuerdo con*** đồng ý với
adiós *m, interj* (lời) chào tạm biệt
adoptivo, -a *adj* nuôi (*cha, mẹ, con*)
aerolínea *f* hãng hàng không
aeropuerto *m* phi trường
afán *m* sự hăng say, sự nhiệt tình
afeitarse *vr* cạo râu
agente *m/f* nhân viên, đại diện
agosto *m* tháng tám
agrio, -a *adj* chua
agua *f* (el) nước lã
águila *f* (el) đại bàng
ahijado, -a *m/f* con đỡ đầu
ahora *adv* bây giờ
ajedrez *m* cờ (*môn chơi*)

ajustado, -a *adj* vừa vặn
al (dạng ghép của **a** và **el)**
alegrarse *vr* vui mừng
alemán, a *adj* thuộc về Đức // *m* tiếng Đức
alergia *f* sự dị ứng • ***tener alergia (a)*** dị ứng (*với*)
algo *pron* điều gì, điều nào
algodón *m* vải bông
alguien *pron* người nào đó, ai
alguno, -a *adj & pron* vài, nào đó
aliviar *vt* giảm bớt
allá *adv* ở đằng kia
allí *adv* ở đó
almacenes *m pl* tiệm bách hoá
almorzar (**ue**) *vi* ăn trưa
almuerzo *m* bữa ăn trưa
aló *interj* a-lô!
alquilar *vt* thuê, cho thuê
alquiler *m* tiền thuê; sự cho thuê • ***oficina de alquiler*** văn phòng cho thuê nhà cửa
alrededor *adv* chung quanh • ***alrededor de*** *prep* chung quanh
alto, -a *adj* cao
alumno, -a *m/f* học sinh
amar *vt* yêu thương
amarillo, -a *adj* vàng
amigo, -a *m/f* bạn • ***mejor amigo, -a*** bạn thân
amistad *f* tình bạn
anaranjado, -a *adj* (màu) cam
animal *m* thú vật
anoche *adv* tối hôm qua
anteayer *adv* hôm kia
antes *adv* trước đó • ***antes de*** trước, trước khi
antipático, -a *adj* đáng ghét
año *m* năm • ***¿cuántos años tienes?*** bạn bao nhiêu tuổi?
apagar *vt* tắt đi
apartamento *m* căn chung cư
apasionante *adj* lôi cuốn, hấp dẫn
apellido *m* họ (*tên*)
apetecer *vi* muốn
aplicar *vt* **1** áp dụng **2** chườm, đắp
aprender *vt* học
apretado, -a *adj* chật
apropiado, -a *adj* thích hợp
aquel, -la *adj* kia
aquí *adv* ở đây
árabe *adj* thuộc về Á-rập // *m* tiếng Á-rập
argentino, -a *adj* Á-căn-đình
arquitectura *f* kiến trúc, ngành kiến trúc
arreglar *vt* sắp xếp
arroz *m* cơm
arte *f* (el) ngành nghệ thuật
artículo *m* đồ vật, vật dụng
artista *m/f* nghệ sĩ
asistir *vi* (**en**) tham dự, theo học
aspiradora *f* máy hút bụi • ***pasar la aspiradora*** hút bụi
atar *vt* trói, buộc
aterrizado, -a *adj* hoảng sợ
aumento *m* sự tăng lên • ***aumento de salario*** sự tăng lương
autobús *m* xe buýt
autopista *f* xa lộ
avanzado, -a *adj* cao cấp, tiến bộ
avión *m* máy bay
ayer *adv* hôm qua
ayuda *f* sự giúp đỡ • ***ayuda financiera*** sự trợ giúp tài chánh
ayudar *vt* giúp đỡ • ***¿en qué puedo ayudarle?*** ông/bà cần gì?
ayuntamiento *m* toà thị chính
azúcar *m* đường (*thực phẩm*)
azul xanh dương

B

bailar *vt & vi* múa, khiêu vũ

baile *m* sự khiêu vũ
bajo[1] *prep* dưới, trong
bajo[2]**, -a** *adj* thấp
baloncesto *m* môn bóng rổ
banana *f* trái chuối
banco *m* ngân hàng
bañarse *vr* tắm
baño *m* phòng tắm
barato, -a *adj* rẻ
barrio *m* xóm, khu • ***barrio*** *m* ***residencial*** khu dân cư
bastante *adv* khá, đủ
basura *f* rác • ***sacar la basura*** đổ rác
basurero *m* thùng rác
bebé *m/f* em bé
beber *vt & vi* uống
beso *m* cái hôn
biblioteca *f* thư viện
bicicleta *f* xe đạp
bien *adv* **1** tốt, hay, khoẻ • ***estoy muy bien*** tôi khoẻ lắm • ***¡qué bien!*** hay quá! **2** rất, lắm • ***¡bien hecho!*** giỏi lắm!
bilingüe *adj* nói hai thứ tiếng, song ngữ
billón *m* một ngàn tỷ
biología *f* sinh vật học
blanco, -a *adj* trắng
blusa *f* áo sơ-mi đàn bà
boca *f* miệng
boliviano, -a *adj* thuộc Bô-li-vi-a
bolsa *f* túi xách
bolsillo *m* túi (*áo, quần*)
bombero *m* nhân viên cứu hoả
bonito, -a *adj* đẹp
bosque *m* rừng
brasileño, -a *adj* thuộc Ba-tây
brazo *m* cánh tay
buscar *vt* tìm kiếm

C

cabeza *f* đầu (*thân thể*)
cada *adj* mỗi
caja *f* hộp
calidad *f* phẩm chất
calle *f* đường phố
calor *m* sự nóng bức
calzar *vt* mang (*giày*) • ***¿qué número calza?*** ông/bà mang giày số mấy?
cama *f* giường • ***hacer la cama*** làm giường
camarero, -a *m/f* người hầu bàn
camarón *m* tôm
caminar *vi* đi bộ
camisa *f* áo sơ-mi đàn ông
camiseta *f* áo thun
campeonato *m* giải vô địch
canadiense *adj* thuộc Gia-nã-đại
canasta *f* cái rổ
candidato, -a *m/f* ứng viên
cantar *vt & vi* hát
capital *f* thủ đô
cara *f* gương mặt
carácter *m* tính cách, đặc tính
carne *f* thịt
caro, -a *adj* đắt tiền
carrera *f* sự nghiệp
carro *m* xe hơi
carta *f* **1** lá thư **2** bài (*môn chơi*)
casa *f* nhà
casado, -a *adj* có gia đình, có chồng, có vợ
casi *adv* gần như, hầu như
catorce *adj, m, pron* (số) mười bốn
causar *vt* gây nên
cena *f* bữa ăn tối
cenar *vi* ăn tối
centro *m* trung tâm thành phố • ***centro comercial*** *m* thương xá
cepillarse *vr* chải, đánh (*răng*)
cerca *adv* gần • ***cerca de*** *prep* gần

cerdo *m* con heo
ceremonia *f* buổi lễ
cero *m* số không
cerveza *f* bia
chaqueta *f* áo khoác
cheque *m* ngân phiếu • ***cheque de viaje*** ngân phiếu du lịch
chico, -a *m/f* người con trai, người con gái
chino, -a *adj* thuộc Trung Hoa // *m* tiếng Tàu
chófer *m/f* tài xế
cien, -to *adj, m, pron* (số) một trăm
ciencias políticas *f pl* chính trị học
ciencias sociales *f pl* xã hội học
cierto, -a *adj* đúng, chắc chắn
cigarro *m* xì-gà
cinco *adj, m, pron* (số) năm
cincuenta *adj, m, pron* (số) năm mươi
cine *m* điện ảnh
cinturón *m* dây nịt
circunstancia *f* trường hợp • ***bajo esa circunstancia*** trong trường hợp đó
ciudad *f* thành phố
claro, -a *adj* **1** rõ ràng • ***claro que sí*** đúng vậy **2** nhạt (*màu*)
clase *f* **1** lớp học **2** hạng • ***clase económica*** hạng ba
clínica *f* bệnh xá
club *m* câu lạc bộ
cocina *f* nhà bếp
cocinar *vi* làm bếp, nấu nướng
color *m* màu sắc • ***¿de qué color es…?*** (cái này) màu gì?
comedor *m* phòng ăn
comenzar (ie) *vt* bắt đầu
comer *vt & vi* ăn
comida *f* bữa ăn
comisaría *f* ty cảnh sát
como *prep & conj* như, giống như
cómo *adv* như thế nào
cómoda *f* tủ ngăn kéo
compañía *f* công ty • ***compañía de seguros*** công ty bảo hiểm
compartimiento *m* ngăn
competición *f* trận tranh tài
competir (i, i) *vi* tranh tài
compra *f* sự mua sắm
computadora *f* máy điện toán • ***computadora portátil*** *f* máy điện toán xách tay
con *prep* với
concierto *m* buổi hoà nhạc
conducir *vt* dẫn, lái xe
confirmar *vt* xác định, xác nhận
conmigo với tôi
conocer *vt* quen biết, quen thuộc với, gặp gỡ
conseguir (i, i) *vt* kiếm được, mua
construir *vt* xây dựng
contabilidad *f* ngành kế toán
contener (ie) *vt* chứa đựng
contento, -a *adj* vui, hài lòng
contestar *vt* trả lời
contigo với bạn, với anh
contra *prep* tựa vào, chống lại
conveniente *adj* tiện lợi
copa *f* ly (*rượu*)
corazón *m* tim
corbata *f* cà-vạt
coreano, -a *adj* thuộc Đại Hàn // *m* tiếng Đại Hàn
correo electrónico *m* thư điện tử
correr *vi* chạy
corriente *m* dòng điện • ***toma f de corriente*** ổ cắm điện
cortar *vt* cắt
cortaúñas *m inv* cái cắt móng tay
corto, -a *adj* ngắn
cosa *f* điều, sự vật
cosmético, -a *adj* thuộc mỹ phẩm
costa *f* bờ biển

costar (ue) *vt & vi* đáng giá
costarricense *adj* thuộc Costa Rica
crucero *m* du thuyền
cuadro *m* bức tranh
cuál, -es *adj, pron* (người) nào, (cái) nào
cualquier *adj* bất cứ
cuando *conj* khi
cuánto, -a *adj* mấy, bao nhiêu // *adv* bao nhiêu
cuarenta *adj, m, pron* (số) bốn mươi
cuarto *m* **1** phòng, phòng ngủ **2** khắc (15 phút), một phần tư // *adj* **-a** thứ tư (*số thứ tự*)
cuatro *adj, m, pron* (số) bốn
cuatrocientos, -as *adj, m, pron* (số) bốn trăm
cubano, -a *adj* thuộc Cu-ba
cuchara *f* muỗng
cuchillo *m* dao
cuenta *f* trương mục • ***cuenta corriente*** trương mục ngân phiếu • ***cuenta de ahorros*** trương mục tiết kiệm • ***cuenta de crédito*** trương mục tín dụng
cuero *m* da thú
cumpleaños *m inv.* sinh nhật • ***¡feliz cumpleaños!*** chúc mừng sinh nhật!
curar *vt* chữa lành
currículum vitae *m* bản tóm tắt học vấn và kinh nghiệm
curso *m* khoá học

D

dar *vt* cho
de *prep* **1** của **2** từ
debajo *adv* bên dưới • ***debajo de*** *prep* dưới
deber *vt* nên
décimo,-a *adj* thứ mười (*số thứ tự*)
decir (i) *vt* nói, bảo • ***se dice que*** người ta nói rằng
dedo *m* ngón tay
dejar *vt* bỏ, để, nghỉ (*việc*) • ***dejar de hacer algo*** bỏ làm gì, thôi không làm gì
del (dạng ghép của **de** và **el**)
delante *adv* đằng trước • ***delante de*** *prep* trước
delgado, -a *adj* ốm
delicioso, -a *adj* ngon
dentro *adv* bên trong • ***dentro de*** *prep* bên trong
departamento *m* khoa, phân ban, ngành
depender (de) *vi* tuỳ vào
deporte *m* thể thao
depositar *vt* ký thác, gởi vào
derecho *m* luật học
derecho, -a *adj* (bên) phải • ***a la derecha de*** *prep* bên phải
desaparecer *vi* biến mất
desayuno *m* bữa ăn sáng
descubierto *m* sự thâm thủng (*tiền trong trương mục*)
descuento *m* sự giảm giá
desde *prep* từ (*lúc nào, ở đâu*)
desear *vt* mong muốn, ao ước
despedida *f* sự tạm biệt
despedir (i, i) *vt* sa thải, đuổi việc
despejado, -a *adj* quang đãng
despertarse (ie) *vr* thức giấc
después *adv* sau đó • ***después de (que)*** sau khi
detrás *adv* đằng sau • ***detrás de*** *prep* phía sau
día *m* ngày • ***buenos días*** chào (*buổi sáng*)
diario, -a *adj* hằng ngày
diciembre *m* tháng mười hai
diecinueve *adj, m, pron* (số) mười chín
dieciocho *adj, m, pron* (số) mười tám
dieciséis *adj, m, pron* (số) mười sáu
diecisiete *adj, m, pron* (số) mười bảy
diente *m* răng
diez *adj, m, pron* (số) mười

diligente *adj* siêng năng
dinero *m* tiền bạc
director, -a *m/f* giám đốc
discutir *vt* thảo luận, tranh cãi
diseño *m* ngành vẽ kiểu
disfrutar *vt* hưởng, thưởng thức
divertido, -a *adj* vui nhộn
divertirse *vr* giải trí, vui chơi
división *f* sự phân chia, sự chia ra
doce *adj, m, pron* (số) mười hai
doctor, -a *m/f* bác sĩ
doler (ue) *vi* đau, nhức
dolor *m* sự đau nhức • ***tener dolor de cabeza*** nhức đầu • ***tener dolor de garganta*** đau cổ họng • ***tener dolor de muelas*** nhức răng
domingo *m* chủ nhật
dónde *adv* ở đâu
dorado, -a *adj* vàng nhũ
dormir (ue, u) *vi* ngủ
dormitorio *m* phòng ngủ
dos *adj, m, pron* (số) hai
doscientos, -as *adj, m, pron* (số) hai trăm
ducharse *vr* tắm vòi hoa sen
dudoso, -a *adj* đáng ngờ, không chắc
dulce *adj* ngọt, ngọt ngào
durante *prep* trong, trong suốt (*thời gian*)
durar *vi* kéo dài
duro, -a *adj* khó, cứng // *adv* siêng năng, cần mẫn

E

educación *f* sự giáo dục • ***educación general*** giáo dục tổng quát
ejercicio *m* **1** bài tập **2** thể dục • ***hacer ejercicio*** tập thể dục
el *art m* (*mạo từ xác định*)
él *pron* anh ấy, nó
elegante *adj* thanh lịch
ella *pron* cô ấy
ellos, -as *pron* họ, chúng nó
embargo, • ***sin embargo*** tuy nhiên
embotellamiento *m* sự kẹt xe
embrujado, -a *adj* có ma (*nhà*)
emocionante *adj* gây cấn, ly kỳ
empatar *vi* hoà (*trận đấu*)
empezar (ie) *vt* bắt đầu
empleado, -a *m/f* nhân viên
empresa *f* công ty
en *prep* trên, trong, ở, tại
encantar *vi* (làm cho) yêu thích
encender *vt* vặn lên // **encenderse** *vr* cháy rụi
encima *adv* phía trên • ***encima de*** *prep* trên mặt
encontrar (ue) *vt* gặp, tìm thấy
energía *f* năng lượng • ***energía solar*** năng lượng mặt trời
enero *m* tháng một
enfermero, -a *m/f* y tá
enfrente *adv* trước mặt • ***enfrente de*** *prep* trước mặt
ensalada *f* rau trộn, gỏi
enseñar *vt* giảng dạy
entender (ie) *vt* hiểu
entonces *adv* **1** sau đó **2** vậy thì
entre *prep* **1** ở giữa **2** chia cho
entrenamiento *m* sự giải trí
entrevista *f* cuộc phỏng vấn
enviar *vt* gởi
equipo *m* đội, toán
escala *f* sự dừng lại (*máy bay*)
escalera *f* cầu thang
escena *f* phân cảnh, cảnh
escoba *f* cây chổi
escribir *vt & vi* viết
escuchar *vt* lắng nghe
escuela primaria *f* tiểu học
escuela secundaria *f* trung học

ese, -a *adj* đó
eso *pron* điều đó
espacial *adj* thuộc về không gian
espalda *f* vai (*thân thể*)
espanto *m* sự hoảng sợ
espantoso, -a *adj* kinh hoàng
español, -a *adj* thuộc Tây-ban-nha // *m* tiếng Tây-ban-nha
especial *adj* đặc biệt
especialización *f* ngành chuyên môn
especializarse (en) *vr* chuyên về
esposo, -a *m/f* chồng, vợ
esquiar *vi* trượt tuyết
establecer *vt* xây dựng, thiết lập
estación *f* **1** mùa **2** trạm • ***estación*** *f* ***de bomberos*** trạm cứu hoả
estadio *m* sân vận động
estadounidense *adj* Mỹ
estante *m* kệ sách
estar *vi* ở, cảm thấy, có vẻ, bị • ***¿cómo estás?*** bạn mạnh giỏi không?
este, -a *adj* này
estilo *m* kiểu, cách
esto *pron* cái này • ***¿qué es esto?*** cái này là cái gì?
estómago *m* bao tử
estudiar *vt & vi* học, nghiên cứu
examen *m* bài thi, kỳ thi • ***hacer un examen*** dự thi • ***aprobar un examen*** thi đậu • ***suspender un examen*** thi rớt • ***examen de acceso a la universidad*** kỳ thi tuyển vào đại học
examinar *vt* khám, khảo sát
exceder *vt* vượt quá
excepto *prep* ngoại trừ
excursión *f* cuộc đi dã ngoại
éxito *m* sự thành công • ***tener éxito*** đạt thành công
exótico, -a *adj* lạ, kỳ lạ
experto, -a *m/f* chuyên viên
explicar *vt* giải thích
extranjero, -a *adj* ngoại quốc • ***lengua extranjera*** ngoại ngữ

F

fábrica *f* nhà máy
fácilmente *adv* một cách dễ dàng
facultad *f* phân khoa (*trong trường đại học*)
falda *f* váy
faltar *vi* thiếu, vắng
familia *f* gia đình
famoso, -a *adj* nổi tiếng
fantástico, -a *adj* tuyệt diệu
favor *m* ơn, ân huệ • ***por favor*** làm ơn
favorito, -a *adj* ưa thích
febrero *m* tháng hai
felicitar *vt* chúc mừng • ***¡felicitaciones!*** xin chúc mừng!
femenino, -a *adj* có nữ tính
feo, -a *adj* xấu xí
feria *f* hội chợ
fiebre *f* cơn sốt • ***tener fiebre*** bị sốt
fiesta *f* buổi tiệc
filosofía *f* triết học
fin *m* sự chấm dứt, đoạn cuối • ***fin de semana*** cuối tuần • ***a fines del año*** vào cuối năm
final *adj* cuối, chót // *m* đoạn kết, lúc cuối • ***al final del año*** vào cuối năm
finalmente *adv* cuối cùng, sau cùng
finanzas *f pl* ngành tài chánh
física *f* vật lý
formal *adj* trang trọng, trịnh trọng
formulario *m* mẫu đơn
foto *f* tấm ảnh • ***tomar una foto*** chụp ảnh
fotocopiadora *f* máy photocopy
francés, -a *adj* Pháp // *m* tiếng Pháp
frecuencia *f* sự thường xuyên • ***con frecuencia*** thường xuyên

frecuentemente *adv* một cách thường xuyên
fresco *m* sự mát mẻ
frijoles *m pl* đậu (*rau cải*)
frío *m* sự lạnh lẽo
fruta *f* trái cây
fuera *adv* ở ngoài • ***fuera de*** *prep* bên ngoài
fuerza *f* sức mạnh
fumar *vt & vi* hút thuốc lá
funcionar *vi* hoạt động, chạy (*máy*)
furioso,-a *adj* tức giận
fútbol *m* môn bóng tròn, túc cầu
futbolista *m* cầu thủ bóng tròn
futuro *m* tương lai

G

gallina *f* con gà mái
gana *f* sự ước muốn, sự thích • ***tener ganas de*** cảm thấy muốn (*làm gì*)
ganar *vt, vi* thắng
garaje *m* nhà xe
gastronomía *f* sự ăn uống
gato *m* con mèo
general *adj* chung, tổng quát • ***en general*** nói chung
gente *f* người, người ta
geografía *f* địa lý
gerente *m/f* giám đốc
gimnasio *m* phòng tập thể dục
gordito, -a *adj* mập
gorra *f* mũ
gracias *f pl* cám ơn • ***muchas gracias*** cám ơn nhiều
graduación *f* sự tốt nghiệp
graduado, -a *m/f* sinh viên tốt nghiệp
graduarse *vr* tốt nghiệp
grande *adj* lớn
grave *adj* nặng, nghiêm trọng
gripe *f* bệnh cúm • ***estar con gripe; tener gripe*** bị cúm
gris *adj* xám
grito *m* tiếng la, tiếng thét
guacamayo *m* con vẹt đuôi dài
guapo, -a *adj* dễ thương
guía *m* người hướng dẫn • ***guía turístico*** người hướng dẫn du lịch
guitarra *f* tây-ban-cầm
gustar *vi* (làm cho) thích • ***me gustaría*** tôi muốn (*lịch sự*)
gusto *m* sự ưa thích, khiếu thẩm mỹ

H

haber – hay *v. imp.* có • ***hay que*** cần phải
hablar *vt & vi* nói, nói chuyện • ***habla Víctor*** Víctor ở đầu dây đây
hacer *vt* làm, làm nghề
hacia *prep* về phía
hada *f* (el) bà tiên
hambre *f* sự đói bụng • ***tener hambre*** đói bụng
harto, -a *adj* chán ngán • ***estar harto de*** chán (*làm gì*)
hasta *prep* cho đến • ***hasta que*** cho đến khi
helado *m* kem
hermano, a *m/f* anh, chị, em • ***hermano, -a medio, -a*** anh, chị, em cùng cha khác mẹ, cùng mẹ khác cha • ***hermano, -a político, -a*** anh (em) rể, anh (em) vợ, anh (em) chồng; chị (em) dâu, chị vợ, chị chồng
hijastro, -a *m/f* con ghẻ
hijo, -a *m/f* con ruột // • ***hijo, -a adoptivo, -a*** con nuôi
hipoteca *f* món nợ bất động sản
hipotecario, -a *adj* thuộc về nợ bất động sản
historia *f* lịch sử
histórico, -a *adj* thuộc về lịch sử
hola *interj* chào (*thân mật*)
hombre *m* đàn ông

hora *f* giờ • ***¿qué hora es?*** mấy giờ rồi?
horario *m* thời khoá biểu
hoy *adv* hôm nay
huevo *m* trứng
humano, -a *adj* thuộc về con người
humedad *f* sự ẩm ướt

I

igual *adj* bằng, tương đương
iguana *f* con kỳ nhông
imagen *f* hình ảnh • ***imágenes en tres dimensiones*** hình ảnh nổi, hình ảnh ba chiều
impaciente *adj* không kiên nhẫn
importante *adj* quan trọng
importar *vi* quan trọng
impresionante *adj* ngoạn mục, gây ấn tượng mạnh
impresionar *vi* tạo ấn tượng mạnh mẽ
impresora *f* máy in
indígena *adj & m/f* (người) bản xứ, (thuộc) thổ dân
inflamable *adj* dễ bắt lửa
información *f* tin tức, chi tiết
informática *f* ngành tin học
ingeniería *f* ngành kỹ sư
ingeniero, -a *m/f* kỹ sư
inmediatamente *adv* ngay lập tức
insistir *vi* nhất định, khăng khăng
inteligente *adj* thông minh
intentar *vt* cố gắng • ***intentar hacer todo lo posible*** cố gắng làm hết sức mình
interesante *adj* thú vị, hay
interesar *vi* làm quan tâm đến
interrumpir *vt* cắt ngang, làm gián đoạn
investigación *f* sự điều tra, sự nghiên cứu
invierno *m* mùa đông
invitar *vt* mời
ir *vi* đi • ***irse*** *vr* ra đi, rời • ***¡qué va!*** không đâu!
isla *f* hòn đảo
italiano, a *adj* thuộc về Ý // *m* tiếng Ý
izquierdo, -a *adj* (bên) trái • ***a la izquierda de*** *prep* bên trái

J

jamás *adv* không bao giờ
japonés, -a *adj* Nhật // *m* tiếng Nhật
jarabe *m* thuốc xi-rô, thuốc nước
jardín *m* vườn
jefe, -a *m/f* ông chủ, bà chủ
joven *adj* trẻ
juego *m* trò chơi
jueves *m* thứ năm
jugar (ue) *vt & vi* chơi đùa
jugo *m* nước trái cây
julio *m* tháng bảy
junio *m* tháng sáu
junto, -a adj cùng với • ***junto a*** *prep* ngay bên cạnh
justo, -a *adj* đúng, công bằng • ***¡no es justo!*** thật là bất công!
juzgado *m* toà án

L

la 1 *art f* (*mạo từ xác định*) **2** *pron* cô ấy, nó
lado *m* bên, phía • ***al lado de*** *prep* bên cạnh • ***al otro lado de*** *prep* phía bên kia
lámpara *f* đèn
lana *f* len
largo, -a *adj* dài
las 1 *art f pl* (*mạo từ xác định*) **2** các cô ấy, họ
lástima *f* sự tiếc rẻ, sự tội nghiệp • ***¡qué lástima!*** thật uổng! thật tội nghiệp!
lastimarse *vr* bị thương
lavadora *f* máy giặt

lavaplatos *m* máy rửa chén
lavarse *vr* rửa
leche *f* sữa
lechuga *f* rau xà-lách
leer *vt & vi* đọc
lejos *adv* xa • ***lejos de*** *prep* xa
lengua *f* **1** cái lưỡi **2** tiếng nói, ngôn ngữ
lentamente *adv* một cách chậm chạp
lento, -a *adj* chậm chạp
letra *f* chữ cái
levantarse *vr* dậy
librería *f* tiệm sách
licencia *f* giấy phép • ***licencia del vehículo*** giấy đăng bộ xe
limonada *f* nước chanh
limpiar *vt* lau chùi • ***limpiar la casa*** lau chùi nhà cửa
lindo, -a *adj* xinh đẹp
líquido *m* chất lỏng
lista *f* danh sách • ***lista de estudios*** danh sách các lớp học (*trong một mùa*)
listo, -a *adj* **1** (+ ***ser***) thông minh **2** (+ ***estar***) sẵn sàng
llamada *f* sự gọi • ***llamada telefónica*** cú điện thoại
llamar *vt & vi* gọi (điện thoại) • ***llamar a la puerta*** gọi cửa, gõ cửa // *vr* tên là, gọi là • ***¿cómo te llamas?*** bạn tên gì?
llevar *vt* mặc, mang
llover (ue) *vi, imp* mưa
lloviznar *vi, imp* mưa phùn
lluvioso, -a *adj* có mưa
lo *pron* anh, nó, điều đó
los **1** *art m pl* (mạo từ xác định) **2** *pron* các anh, họ, chúng nó
luego *adv* đoạn, kế đến • ***hasta luego*** hẹn gặp lại
luna *f* mặt trăng
lunes *m* thứ hai
luz *f* ánh sáng, đèn • ***encender las luces*** bật đèn • ***dar a luz*** sinh (*con*)

M

madrastra *f* mẹ kế
madre *f* mẹ • ***madre adoptiva*** mẹ nuôi • ***madre política*** mẹ chồng, mẹ vợ
madrina *f* mẹ đỡ đầu
madrugada *f* sáng sớm
maestro, -a *m/f* thầy, cô giáo
maíz *m* trái bắp
mal *adv* không khoẻ, một cách tồi tệ
malo, -a *adj* tồi, dở, kém
mamá *f* mẹ
manejar *vt, vi* lái xe
mano *f* bàn tay
mantener *vt* giữ gìn
mantequilla *f* bơ
manzana *f* trái táo
mañana *f* buổi sáng // *adv* ngày mai • ***mañana por la mañana*** sáng mai
maquillarse *vr* trang điểm
mar *m* biển
mariposa *f* con bướm
mariscos *m pl* đồ biển
marrón *adj* nâu
martes *m* thứ ba
marzo *m* tháng ba
más *adv* hơn, nhiều hơn • ***más o menos*** cũng vầy vậy thôi // *prep* cộng với
matemáticas *f pl* toán học
materno, -a *adj* bên mẹ, bên ngoại
mayo *m* tháng năm
mayor *adj* lớn tuổi hơn
medianoche *f* nửa đêm
medias *f pl* vớ
medicina *f* y học

medio, -a *adj* **1** nửa, rưỡi **2** cùng cha khác mẹ, cùng mẹ khác cha // *m* chỗ chính giữa • ***en el medio de*** *prep* chính giữa
mediodía *m* giữa trưa
medir (i, i) *vt & vi* đo
mejor *adj & adv* tốt hơn, giỏi hơn
mejorarse *vr* hồi phục
menor *adj* nhỏ tuổi hơn
menos *adv* kém, ít hơn // *prep* trừ đi
mensaje *m* thông điệp, mẩu tin
mentir (ie, i) *vi* nói dối
menudo, • ***a menudo*** thường xuyên
mes *m* tháng
mesa *f* bàn • ***quitar la mesa*** dọn bàn ăn • ***poner la mesa*** bày bàn ăn
metálico, -a *adj* bằng kim loại
mexicano, -a *adj* Mễ
mi *adj* của tôi
mí *pron* tôi
miedo *m* sự sợ hãi • ***tener miedo*** sợ
mientras *conj* trong khi • ***mientras tanto*** trong lúc đó • ***mientras que*** chừng nào mà
miércoles *m* thứ tư
mil *adj & pron* (số) một ngàn
milagro *m* phép lạ
millón *m* một triệu • ***mil millones*** một tỷ
minuto *m* phút
mío, -a *pron* của tôi
mirar *vt* nhìn, xem
mismo, -a *adj* cùng, giống • ***al mismo tiempo*** cùng một lúc, đồng thời
moda *f* thời trang • ***estar de moda*** hợp thời trang
momento *m* lúc, thời điểm
mono *m* con khỉ
montaña *f* núi
monumento *m* tượng đài
morado, -a *adj* tím
moratón *m* chỗ bầm tím
moreno, -a *adj* đen (*tóc, da*)
morir *vi* chết
mover *vt* cử động
moverse *vr* di chuyển, chuyển động
muchacho, a *m/f* con trai, con gái
mucho, -a *adj* nhiều // *adv* nhiều, rất
mueble *m* bàn, ghế, giường, tủ (*nói chung*) • ***los muebles*** bàn ghế, giường tủ
mujer *f* đàn bà
multa *f* giấy phạt • ***ponerle una multa a alguien*** viết giấy phạt ai
multimillonario *m* nhà tỷ phú
multiplicación *f* sự nhân lên
mundo *m* thế giới
municipal *adj* thuộc thành phố
museo *m* viện bảo tàng
música *f* âm nhạc
muy *adv* rất, lắm

N

nacer *vi* sinh đẻ
nacionalidad *f* quốc tịch
nada *pron* không gì cả • ***de nada*** không có chi
nadar *vi* bơi lội
nadie *pron* không ai cả
naipe *m* lá bài
naranja *f* trái cam
nariz *f* mũi
natación *f* sự bơi lội
natural *adj* tự nhiên, tất nhiên
naturaleza *f* thiên nhiên
necesario, -a *adj* cần thiết
necesitar *vt* cần
negro, -a *adj* đen
nervioso,-a *adj* lo lắng, bồn chồn
nevar (ie) *vi, imp* tuyết rơi
ni... ni... *conj* không… mà cũng không…
nicaragüense *adj* thuộc Ni-ca-ra-gua
niebla *f* sương mù

nieto, -a *m/f* cháu (*nội, ngoại*)
ninguno, -a *adj & pron* không… nào cả
niñez *f* thời thơ ấu
niño, -a *m/f* đứa bé
no *adv* không • ***cómo no*** sao lại không?
noche *f* tối, đêm • ***buenas noches*** chào (*buổi tối*)
nombre *m* **1** tên **2** danh từ • ***¿cómo se escribe su nombre?*** tên của ông viết thế nào? • ***segundo nombre*** tên lót, chữ lót
nosotros, -as *pron* chúng tôi, chúng ta
nota *f* **1** mẩu nhắn tin **2** điểm
novecientos, -as *adj, m, pron* (số) chín trăm
novela *f* tiểu thuyết
noveno, -a *adj* thứ chín (*số thứ tự*)
noventa *adj, m, pron* (số) chín mươi
noviembre *m* tháng mười một
novio, -a *m/f* người yêu, hôn phu, hôn thê
nube *f* mây
nublado, -a *adj* có mây
nuestro, -a *adj* của chúng tôi
nueve *adj, m, pron* (số) chín
nuevo, -a *adj* mới
número *m* số, con số
nunca *adv* không bao giờ

O

o (u) *conj* hay là, hoặc • ***o… o…*** hoặc là… hoặc là… • ***uno u otro*** người này hay người kia
objeto *m* đồ vật
obligatorio, -a *adj* bắt buộc
obra *f* vở kịch, tác phẩm
obtener *vt* có được
obvio, -a *adj* hiển nhiên, rõ ràng
ocasión *f* dịp, cơ hội
ochenta *adj, m, pron* (số) tám mươi
ocho *adj, m, pron* (số) tám
ochocientos, -as *adj, m, pron* (số) tám trăm
octavo, -a *adj* thứ tám (*số thứ tự*)
octubre *m* tháng mười
ocupado, -a *adj* bận rộn
ocurrir *vi* xảy ra
oficial *m/f* nhân viên cảnh sát
oficina *f* văn phòng • ***oficina f de correos*** bưu điện
oficio *m* nghề nghiệp, việc làm
oído *m* lỗ tai
ojalá *interj* ước gì, cầu xin
olvidar *vt* quên • ***olvidarse de*** quên
once *adj, m, pron* (số) mười một
opinión *f* ý kiến • ***en mi opinión*** theo tôi
oportunidad *f* cơ hội
oreja *f* tai, vành tai
oscuridad *f* bóng tối
oscuro, -a *adj* **1** tối tăm, âm u **2** đậm (*màu*)
otoño *m* mùa thu
otro, -a *adj* khác • ***otra vez*** một lần nữa • ***el otro*** người kia

P

paciencia *f* sự kiên nhẫn
paciente *adj* kiên nhẫn
padrastro *m* cha ghẻ
padre *m* cha • ***padre adoptivo*** cha nuôi • ***padre político*** cha chồng, cha vợ
padrino *m* cha đỡ đầu
país *m* nước, quốc gia • ***¿de qué país eres?*** bạn người nước nào?
pájaro *m* con chim
palabra *f* chữ, từ ngữ
palillos *m pl* đũa
panameño, -a *adj* thuộc Pa-na-ma
pantalla *f* màn ảnh
pantalones *m pl* quần tây
paño *m* vải, vải len
pañuelo *m* khăn quàng
papa *f* khoai tây

papá *m* cha
par *m* cặp, đôi
para *prep* **1** cho **2** về phía **3** trước (*lúc*) // *conj* để
parecer *vi* có vẻ, trông như • ***¿no te parece?*** bạn không thấy như vậy sao?
pariente *m/f* người bà con
parque *m* công viên • ***parque m de diversiones*** khu giải trí
parte *f* phần • ***de mi parte*** về phần tôi
partido *m* trận, cuộc tranh tài
partir *vi* ra đi
pasado *m* quá khứ
pasado, -a *adj* trước, đã qua
pasaje *m* vé • ***pasaje de ida*** vé lượt đi • ***pasaje de ida y vuelta*** vé khứ hồi
pasar *vt* đi qua • ***pasar por*** ghé qua // *vi* xảy ra • ***¿qué pasa?*** chuyện gì xảy ra vậy?
pasatiempo *m* thú tiêu khiển
pasear *vi* đi dạo
paseo *m* cuộc đi dạo
pastel *m* bánh ngọt
paterno, -a *adj* bên cha, bên nội
patio *m* sân, sân sau
pato *m* con vịt
pecho *m* ngực
pediatría *f* nhi khoa
pedir (i, i) *vt* xin, hỏi xin
peinarse *vr* chải tóc
película *f* phim
peligro *m* sự nguy hiểm • ***en peligro de extinción*** có nguy cơ bị diệt chủng
pellejo *m* da (*thú vật*) • ***estar en el pellejo de alguien*** ở vào cương vị của ai
pelo *m* tóc
pena *f* sự bối rối, sự khổ sở, sự phiền toái
pensar *vt, vi* suy nghĩ • ***¿qué piensas de…?*** bạn nghĩ sao về…?
peor *adj & adv* xấu hơn, dở hơn
pequeño, -a *adj* nhỏ
perder (ie) *vt, vi* mất, thua
perdón *m, interj* (lời) xin lỗi
perezoso, -a *adj* lười biếng
perfecto, -a *adj* hoàn hảo
periódico *m* nhật báo
permiso *m* **1** sự cho phép **2** giấy phép • ***permiso de manejar*** bằng lái xe
permitir *vt* cho phép
pero *conj* nhưng, mà
perro *m* con chó
persona *f* người
personal *adj* thuộc cá nhân
pescado *m* cá (*thực phẩm*)
pez *m* cá (*động vật*)
piano *m* dương cầm
picante *adj* cay
pie *m* bàn chân
pierna *f* cẳng chân
pimiento *m* tiêu (*gia vị*)
pintura *f* bức tranh
pirámide *f* kim tự tháp
piscina *f* hồ bơi
piso *m* tầng nhà, nền nhà • ***barrer el piso*** quét nhà
plancha *f* bàn ủi
plateado, -a *adj* màu bạc
plato *m* dĩa • ***lavar los platos*** rửa chén
playa *f* bãi biển
poco, -a *adj* ít // *adv* hầu như không • ***un poco*** hơi, một chút
poder (ue) *vt* có thể
policía *f* cảnh sát
política *f* **1** chính sách **2** hợp đồng, khế ước
político, -a *adj* **1** thuộc về chính trị **2** bên chồng, bên vợ, dâu, rể
pollo *m* gà
polvo *m* bụi • ***sacudir el polvo*** quét bụi
poner *vt* đặt, để // **ponerse** *vr* **1** mặc vào **2** trở nên
popular *adj* phổ thông, phổ biến

por *prep* **1** bởi, cho, vì **2** vào (*buổi*) **3** nhân với
porque *conj* vì, bởi vì
portugués, a *adj* thuộc Bồ-đào-nha // *m* tiếng Bồ-đào-nha
posible *adj* có thể
precio *m* giá cả
precioso, -a *adj* quý báu
preferir *vt* thích hơn
pregunta *f* câu hỏi
preparación *f* sự chuẩn bị
preparar *vt* chuẩn bị
prescribir *vt* viết toa thuốc
presente *m* hiện tại
presidente *m/f* tổng giám đốc
préstamo *m* tiền cho vay
primavera *f* mùa xuân
primero, -a *adj* thứ nhất
primo, -a *m/f* anh, chị, em họ
principal *adj* chính
probable *adj* có thể
probarse (ue) *vr* mặc thử
problema *m* vấn đề, chuyện rắc rối
profesor, -a *m/f* giáo sư
prohibir *vt* cấm đoán
pronto *adv* sớm, ngay • ***tan pronto como*** ngay khi
propósito *m* mục đích, ý định • ***a propósito*** **1** cố ý, cố tình **2** nhân tiện
próximo, -a *adj* kế tiếp, sau
proyecto *m* kế hoạch, công trình, dự án
psiquiatra *m/f* bác sĩ tâm lý, bác sĩ tâm thần
público, -a *adj* công cộng
puerta *f* cửa lớn
pues *adv* **1** vậy thì **2** à
puesto *m* công việc, chức vụ
punto *m* dấu chấm • ***en punto*** đúng (*giờ*)

Q

que *conj* **1** rằng, là **2** so với // *pron* người mà, điều mà
qué *pron* cái gì • ***no hay de qué*** không có chi • ***¿por qué?*** tại sao?
quedar *vi* vừa, hợp // **quedarse** *vr* ở lại, ở
querer (ie) *vt* muốn • ***sin querer*** lỡ, vô tình
querido, -a *adj* mến, yêu, thương
queso *m* phô-ma
quien *pron* người nào mà
quién, -es *pron* ai • ***de quién, -es*** của ai
química *f* hoá học
quince *adj, m, pron* (số) mười lăm
quinientos, -as *adj, m, pron* (số) năm trăm
quinto, -a *adj* thứ năm (*số thứ tự*)
quitarse *vr* cởi ra, lấy đi
quizás *adv* có lẽ

R

rápidamente *adv* một cách nhanh nhẹn
rápido, -a *adj* nhanh // *adv* một cách nhanh chóng
rato *m* lúc, chốc lát • ***por un rato*** trong chốc lát
ratón *m* con chuột
razón *f* lý lẽ, lý do • ***tener razón*** nói đúng, có lý
rebaja *f* sự bán hạ giá
recámara *f* phòng ngủ
recibir *vt* nhận
recomendar *vt* khuyên, đề cử
recuerdo *m* kỷ niệm, ký ức
refinanciamiento *m* sự tái tài trợ
refresco *m* nước ngọt
región *f* vùng, khu vực
regular *adv* bình thường
relajamiento *m* sự nghỉ ngơi

relajarse *vr* nghỉ ngơi
relámpagos *m pl* chớp, tia chớp
rellenar *vt* điền (*đơn*)
reloj *m* đồng hồ
renovación *f* sự tân trang, sự tiếp tục lại
reparar *vt* sửa chữa
repente *m* sự bốc đồng • ***de repente*** thình lình, đột nhiên
repetir (i, i) *vt* lập lại
res *f* con bò • ***carne f de res*** thịt bò
resfriado, -a *adj* cảm lạnh • ***estar resfriado, -a*** bị cảm
respiración *f* sự thở, hơi thở • ***contener la respiración*** nín thở
responder *vi* trả lời
respuesta *f* câu trả lời
resta *f* sự trừ ra
restaurante *m* nhà hàng
reunirse *vt* tụ họp, hội họp
rico, -a *adj* **1** giàu **2** ngon • ***¡ay, riquísimo!*** chà, ngon quá!
robo *m* vụ trộm, vụ cướp
rodilla *f* đầu gối
rojo, -a *adj* đỏ
romperse *vr* bị gãy
ropa *f* quần áo • ***lavar la ropa*** giặt quần áo • ***planchar la ropa*** ủi quần áo • ***secar la ropa*** sấy quần áo
rosado, -a *adj* hồng
rubio, -a *adj* vàng (*tóc*)
ruido *m* tiếng động
ruso, -a *adj* thuộc Nga // *m* tiếng Nga

S

sábado *m* thứ bảy
saber *vt* biết
sabor *m* hương vị
sacar *vt* rút ra (*tiền*) • ***sacar una foto*** chụp hình
sal *f* muối
sala *f* phòng khách
salado, -a *adj* mặn
salario *m* lương bổng
salir *vi* đi ra, rời khỏi
salud *f* sức khoẻ
saludo *m* sự chào hỏi
sandalias *f pl* dép
sándwich *m* bánh mì thịt
se *pron* **1** chính anh ấy, chính ông, chính họ **2** tự mình
secadora *f* máy sấy
secretario, -a *m/f* thư ký
sed *f* sự khát nước • ***tener sed*** khát nước
seda *f* lụa
seguida, • ***en seguida*** ngay lập tức
según *prep* tuỳ theo
segundo *m* giây (*đồng hồ*) // *adj* thứ nhì
seguro, -a *adj* chắc chắn
seis *adj, m, pron* (số) sáu
seiscientos, -as *adj, m, pron* (số) sáu trăm
semana *f* tuần lễ
semestre *m* mùa học (*thường bốn tháng*)
sentarse (ie) *vr* ngồi xuống • ***¡siéntense!*** mời ông bà ngồi
sentir(se) (ie, i) *vt, vr* cảm thấy • ***lo siento*** tôi rất tiếc
señor *m* ông
señora *f* bà
señorita *f* cô
septiembre *m* tháng chín
séptimo, -a *adj* thứ bảy (*số thứ tự*)
ser *vi* là • ***soy de Vietnam*** tôi là người Việt Nam
servilleta *f* khăn ăn
servir (i, i) *vt* phục vụ
sesenta *adj, m, pron* (số) sáu mươi
setecientos, -as *adj, m, pron* (số) bảy trăm
setenta *adj, m, pron* (số) bảy mươi
sexto, -a *adj* thứ sáu (*số thứ tự*)

si *conj* nếu, giá mà
sí *adv* vâng, dạ, ừ • ***¿ah sí?*** vậy à?
siempre *adv* luôn luôn
siete *adj, m, pron* (số) bảy
silla *f* ghế
sillón *m* ghế bành
simpático, -a *adj* dễ mến
simple *adj* đơn giản
sin *prep* không có, thiếu
sitio *m* nơi chốn
situación *f* hoàn cảnh, tình hình
sobre *prep* phía trên
sobrino, -a *m/f* cháu trai, cháu gái
soga *f* dây thừng
sol *m* mặt trời
sólo *adv* chỉ, chỉ có
sombrero *m* nón
soñar (ue) *vt* mơ, nằm mơ
sopa *f* xúp, canh
sorprenderse *vr* lấy làm ngạc nhiên
su *adj* của anh, của anh ấy, của cô ấy, của các anh, của anh chị, của họ
suelto, -a *adj* rộng
sueño *m* giấc ngủ, giấc mơ • ***tener sueño*** buồn ngủ • ***un dulce sueño*** một giấc mơ đẹp
suerte *f* thời vận, vận may • ***tener suerte*** gặp may mắn • ***¡buena suerte!*** chúc may mắn!
suéter *m* áo len
sugerir *vt* đề nghị
suma *f* sự cộng lại
supermercado *m* siêu thị
supervisor, -a *m/f* quản đốc
supuesto, • ***por supuesto*** dĩ nhiên

T

tal *adj* như thế • ***¿qué tal?*** mạnh giỏi không?
talla *f* cỡ • ***¿qué talla usa?*** ông/bà mặc đồ cỡ nào?
tamaño *m* kích thước, cỡ
también *adv* cũng vậy
tampoco *adv* cũng không
tan *adv* **1** thật là **2** cũng như
tanto, -a *adj* ngần ấy, nhiều như thế • ***por lo tanto*** vì vậy
tarde *adv* trễ, muộn // *f* buổi trưa, buổi chiều • ***buenas tardes*** chào (*buổi chiều*)
tarjeta *f* thẻ, thiệp • ***tarjeta postal*** bưu thiếp
tauromaquia *f* môn đấu bò
taza *f* tách
tazón *m* chén, tô
té *m* trà
teatro *m* rạp hát
teclado *m* bàn phím
técnico, -a *adj* thuộc về kỹ thuật
teléfono *m* điện thoại • ***teléfono móvil*** *m* điện thoại cầm tay • ***número de teléfono*** số điện thoại
temprano, -a *adj* sớm // *adv* sớm • ***por la mañana temprano*** vào sáng sớm
tenedor *m* nĩa
tener *vt* có, sở hữu • ***tener que*** phải (*làm gì*)
tercero, -a *adj* thứ ba (*số thứ tự*)
terminar *vt & vi* chấm dứt, kết thúc
ti *pron* bạn, anh, mày
tiempo *m* **1** thời gian • ***a tiempo*** đúng giờ **2** thời tiết • ***¿qué tiempo hace?/cómo está el tiempo?*** thời tiết như thế nào?
tienda *f* cửa tiệm
tío, -a *m/f* cậu, chú, cô, dì
tipo *m* loại, thứ
título *m* bằng cấp
tocar *vt* **1** sờ **2** chơi (*nhạc khí*)
todavía *adv* vẫn, hãy còn • ***todavía no*** chưa
todo, -a *adj* tất cả • ***todo*** *pron* mọi thứ • ***todos*** *pron* mọi người • ***todo el mundo*** mọi người • ***es todo*** chỉ có vậy thôi

tomar *vt* lấy, dùng, ăn, uống
torcerse (ue) *vr* bị trặc
tormenta *f* bão
tortilla *f* bánh tráng bột bắp
tos *f* sự ho
toser *vi* ho
trabajar *vi* làm việc
trabajo *m* công việc • ***estar sin trabajo*** thất nghiệp • ***solicitar un trabajo*** xin việc làm • ***solicitud f de trabajo*** đơn xin việc làm
traer *vt* mang theo, mang đến
tráfico *m* sự lưu thông
traje *m* bộ quần áo
tranquilamente *adv* một cách bình yên
tranquilo, -a *adj* yên tĩnh
trece *adj, m, pron* (số) mười ba
treinta *adj, m, pron* (số) ba mươi
tren *m* xe lửa
tres *adj, m, pron* (số) ba
trescientos, -as *adj, m, pron* (số) ba trăm
triste *adj* buồn
tronar *vi, imp* nổi sấm, sấm động
tu *adj* của bạn, của mày
tú *pron* bạn, em, con, cháu, mày

U

último, -a *adj* cuối cùng
un, -a *art* một
universidad *f* đại học
uno *adj, m, pron* (số) một • ***el uno*** người này
usado-, a *adj* dùng rồi, cũ
usted *pron* ông, bà, anh, chị
ustedes *pron* các anh, các chị, ông bà
utilizar *vt* sử dụng

V

vacaciones *f pl* kỳ nghỉ • ***tomar unas vacaciones*** đi nghỉ (hè)
valer *vi* đáng giá • ***¿cuánto vale?*** giá bao nhiêu? • ***¿vale?*** được không? ***¡vale!*** được!
vaqueros *m pl* quần jeans
vaso *m* cái ly
vecino, -a *m/f* người láng giềng
veinte *adj, m, pron* (số) hai mươi
velocidad *f* tốc độ
vendedor, -a *m/f* người bán hàng
vender *vt* bán
venezolano, -a *adj* thuộc Venezuela
venir (ie) *vi* đến
ver *vt* thấy
verano *m* mùa hè
veras *f pl* sự thật • ***¿de veras?*** thật à?
verdad *f* sự thật • ***es verdad*** đúng vậy • ***¿verdad?*** phải không?
verde *adj* xanh lá cây
verduras *f pl* rau cải
vergüenza *f* sự xấu hổ • ***tener vergüenza*** xấu hổ
vestido *m* áo đầm
vestirse (i, i) *vr* mặc quần áo
vez *f* lần • ***dos veces*** hai lần • ***alguna vez*** có lần nào • ***otra vez*** một lần nữa • ***tal vez*** có lẽ
viajar *vi* du lịch
viaje *m* chuyến du lịch • ***hacer un viaje*** đi du lịch
vicio *m* thói xấu
vida *f* cuộc đời, cuộc sống
videojuego *m* trò chơi điện tử
videoteléfono *m* điện thoại truyền hình
viejo, -a *adj* **1** cũ **2** già
viento *m* gió
viernes *m* thứ sáu
vietnamita *adj* thuộc Việt Nam // *m* tiếng Việt

vino *m* rượu vang
visita *f* sự thăm viếng
vivir *vi* sống
volibol/voleibol *m* môn bóng chuyền • ***voleibol playero*** môn bóng chuyền trên bãi cát biển
volver (**ue**) *vi* trở lại • ***volver a*** làm lại (*điều gì*)
vuelo *m* chuyến bay • ***vuelo nocturno*** chuyến bay đêm

Y

y (e) *conj* và, còn • ***¿y tú?*** còn bạn thì sao? • ***español e inglés*** tiếng Tây-ban-nha và tiếng Anh
ya *adv* rồi
yo *pron* tôi • ***yo que tú*** nếu tôi là anh

Z

zanahoria *f* cà-rốt
zapatos *m pl* giày
zoo *m* sở thú

APÉNDICE IV – *PHỤ LỤC IV*
VOCABULARIO VIETNAMITA – ESPAÑOL
TỪ VỰNG VIỆT – TÂY-BAN-NHA

Những chữ viết tắt:

adj	adjetivo	*tính từ*
adv	adverbio	*trạng từ*
art	artículo	*mạo từ*
conj	conjunción	*liên từ*
f	(sustantivo) femenino	*danh từ giống cái*
imp	(verbo) impersonal	*động từ dùng không ngôi*
interj	interjección	*tán thán từ*
inv	(sustantivo) invariable	*danh từ không thay đổi ở số ít và số nhiều*
m	(sustantivo) masculino	*danh từ giống đực*
pl	(sustantivo) plural	*danh từ thường dùng ở số nhiều*
prep	preposición	*giới từ*
pron	pronombre	*đại danh từ*
vi	verbo intransitivo	*tự động từ*
vr	verbo reflexivo	*động từ tự phản*
vt	verbo transitivo	*tha động từ*

A

a-lô! aló *interj*
Á-căn-đình argentino, -a *adj*
ai quién, -es *pron*
anh[1] hermano mayor *m*
anh[2] **1** tú *pron*, usted *pron* **2** te *pron,* lo *pron* **3** ti *pron*
anh ấy 1 él *pron* **2** lo *pron*
anh (chị, em) họ primo, -a *m/f*
anh em cùng cha khác mẹ (*hay ngược lại*) hermano *m* medio
anh rể, anh vợ hermano *m* político
ánh sáng luz *f*
ao ước desear *vt*
áo choàng abrigo *f*
áo đầm vestido *m*
áo khoác chaqueta *f*
áo len suéter *m*
áo thun camiseta *f*
áo sơ-mi đàn bà blusa *f*
áo sơ-mi đàn ông camisa *f*
áp dụng aplicar *vt*
ăn comer *vt & vi*
ăn sáng desayunar *vi*
ăn tối cenar *vi*
ăn trưa almorzar (ue) *vi*
âm nhạc música *f*

B

ba (*số*) tres *adj, m, pron*

ba mươi treinta *adj, m, pron*
Ba-tây (*thuộc*) brasileño, -a *adj*
ba trăm trescientos, -as *adj, m, pron*
bà señora *f*
bà chủ jefa *f*
bà ngoại abuela *f* materna
bà nội abuela *f* paterna
bà tiên hada *f* (el)
bác sĩ doctor, -a *m/f*
bác sĩ tâm lý psiquiatra *m/f*
bài (*lá*) naipe *m,* carta *f*
bài học lección *f*
bài tập ejercicio *m*
bài thi examen *m* • ***dự thi*** hacer un examen • ***thi đậu*** aprobar un examen • ***thi rớt*** suspender un examen • ***kỳ thi tuyển vào đại học*** examen de acceso a la universidad
bãi biển playa *f*
bán vender *vt*
bàn mesa *f* • ***dọn bàn ăn*** quitar la mesa • ***bày bàn ăn*** poner la mesa
bàn chân pie *m*
bàn ghế mueble *m* • ***bàn ghế, giường tủ*** (*nói chung*) los muebles
bàn phím teclado *m*
bàn tay mano *f*
bàn ủi plancha *f*
bản tóm tắt học vấn và kinh nghiệm currículum vitae *m*
bản xứ (người) indígena *adj & m/f*
bạn amigo, -a *m/f* • ***bạn thân*** mejor amigo, -a
bánh mì thịt sándwich *m*
bánh ngọt pastel *m*
bánh tráng bột bắp tortilla *f*
bao nhiêu cuánto, -a *adj, adv*
bao tử estómago *m*
bảo decir (i) *vt*
bão tormenta *f*
bảy siete *adj, m, pron*
bảy mươi setenta *adj, m, pron*
bảy trăm setecientos, -as *adj, m, pron*
bằng igual *adj*
bằng cấp título *m*
bằng kim loại metálico, -a *adj*
bằng lái xe permiso *m* de manejar
bắp (*trái*) maíz *m*
bắt đầu comenzar (ie) *vt,* empezar (ie) *vt*
bắt buộc obligatorio, -a *adj*
bận rộn ocupado, -a *adj*
bất cứ cualquier *adj*
bây giờ ahora *adv*
bên lado *m* • ***bên cạnh*** al lado de *prep* • ***phía bên kia*** al otro lado de *prep*
bên cha, bên nội paterno, -a *adj*
bên dưới debajo *adv*, debajo de *prep*
bên mẹ, bên ngoại materno, -a *adj*
bên phải derecho, -a *adj*, a la derecha de *prep*
bên trái izquierdo, -a *adj,* a la izquierda de *prep*
bên trong dentro *adv*, dentro de *prep*
bệnh cúm gripe *f* • ***bị cúm*** estar con gripe; tener gripe
bệnh xá clínica *f*
bị estar *vi*
bị thương lastimarse *vr*
bia (*rượu*) cerveza *f*
biến mất desaparecer *vi*
biển mar *m*
biết saber *vt*
bình thường regular *adv*
bò (*động vật*) res *f*
bỏ dejar *vt* • ***bỏ làm gì*** dejar de hacer algo
bóng chuyền volibol/voleibol *m* • ***môn bóng chuyền trên bãi cát biển*** voleibol playero
bóng rổ baloncesto *m*
bóng tối oscuridad *f*
Bô-li-vi-a (*thuộc*) boliviano, -a *adj*

Bồ-đào-nha (*thuộc*) portugués, a *adj* // • *tiếng Bồ-đào-nha* portugués *m*
bộ quần áo traje *m*
bốn cuatro *adj, m, pron*
bốn mươi cuarenta *adj, m, pron*
bốn trăm cuatrocientos, -as *adj, m, pron*
bồn chồn nervioso,-a *adj*
bơ mantequilla *f*
bờ biển costa *f*
bơi lội nadar *vi*
bởi por *prep*
bụi polvo *m* • ***quét bụi*** sacudir el polvo
buộc atar *vt*
buổi chiều tarde *f*
buổi hoà nhạc concierto *m*
buổi lễ ceremonia *f*
buổi sáng mañana *f*
buổi tiệc fiesta *f*
buổi tối noche *f*
buồn triste *adj*
bữa ăn comida *f*
bữa ăn sáng desayuno *m*
bữa ăn tối cena *f*
bữa ăn trưa almuerzo *m*
bức tranh cuadro *m,* pintura *f*
bướm mariposa *f*
bưu điện oficina *f* de correos

C

cá (*thực phẩm*) pescado *m*, pez (*động vật*)
cá nhân personal *adj*
cà-rốt zanahoria *f*
cà-vạt corbata *f*
các anh **1** ustedes *pron* **2** los *pron*
các anh, các chị, ông bà **1** ustedes *pron* **2** los *pron*, las *pron*
các cô ấy **1** ellas *pron pl* **2** las *pron*
cái gì qué *pron* • ***không có chi*** no hay de qué
cái hôn beso *m*
cái nào, người nào cuál, -es *adj, pron*
cái này esto *pron* • ***cái này là cái gì?*** ¿qué es esto?
cam **1** (*màu*) anaranjado, -a *adj* **2** (*trái*) naranja *f*
cám ơn gracias *f pl* • ***cám ơn nhiều*** muchas gracias
cảm (*bệnh*) resfriado, -a *adj* • ***bị cảm*** estar resfriado, -a
cảm thấy **1** estar *vi* • ***bạn mạnh giỏi không***?¿cómo estás? **2** sentir(se) (ie, i) *vt, vr*
cánh tay brazo *m*
cảnh escena *f*
cảnh sát policía *f*, oficial *m/f*
cao alto, -a *adj*
cao cấp avanzado, -a *adj*
cạo râu afeitarse *vr*
cay picante *adj*
căn chung cư apartamento *m*
cẳng chân pierna *f*
cắt cortar *vt* • ***cái cắt móng tay*** cortaúñas *m inv*
cắt ngang interrumpir *vt*
cấm đoán prohibir *vt*
cần necesitar *vt* • ***cần phải*** hay que • ***ông/bà cần gì?*** ¿en qué puedo ayudarle?
cần mẫn duro *adv*
cần thiết necesario, -a *adj*
câu hỏi pregunta *f*
câu trả lời respuesta *f*
câu lạc bộ club *m*
cầu thang escalera *f*
cầu thủ túc cầu futbolista *m*
cậu tío *m* materno
cây chổi escoba *f*
cha padre *m,* papá *m*
cha chồng, cha vợ padre *m* político
cha đỡ đầu padrino *m*
cha ghẻ padrastro *m*

cha nuôi padre *m* adoptivo
chải cepillarse *vr*
chải tóc peinarse *vr*
chán ngán harto, -a *adj* • ***chán (làm gì)*** estar harto de
chào 1 (*thân mật*) hola *interj* **2** (*buổi sáng*) buenos días **3** (*buổi chiều*) buenas tardes **4** (*buổi tối*) buenas noches
chào tạm biệt adiós *m, interj*
cháu (*nội, ngoại*) nieto, -a *m/f*
cháu gái sobrina *f*
cháu trai sobrino *m*
cháy rụi encenderse *vr*
chạy 1 correr *vi* **2** (*máy*) funcionar *vi*
chắc chắn seguro, -a *adj,* cierto, -a *adj*
chấm dứt terminar *vt & vi*
chậm chạp lento, -a *adj*
chất lỏng líquido *m*
chật (*quần áo*) apretado, -a *adj*
chén tazón *m*
chết morir *vi*
chỉ, chỉ có sólo *adv* • ***chỉ có vậy thôi*** es todo
chị hermana mayor *f*
chị dâu hermana *f* política
chia cho entre *prep*
chim pájaro *m*
chín (*số*) nueve *adj, m, pron*
chín mươi noventa *adj, m, pron*
chín trăm novecientos, -as *adj, m, pron*
chính anh ấy, chính ông, chính họ se *pron*
chính principal *adj*
chính sách política *f*
chính trị política *f,* político, -a *adj*
chính trị học ciencias políticas *f pl*
cho 1 dar *vt* **2** para *prep*
cho đến hasta *prep* • ***cho đến khi*** hasta que
cho phép permitir *vt*
cho thuê alquilar *vt*
chó perro *m*
chỗ chính giữa medio *m* • ***ở giữa*** en el medio de *prep*
chốc lát rato *m* • ***trong chốc lát*** por un rato
chồng esposo *m*
chống lại contra *prep*
chơi 1 jugar (ue) *vt & vi* **2** (*nhạc khí*) tocar *vt*
chú tío *m* paterno
chủ nhật domingo *m*
chua agrio, -a *adj*
chuẩn bị preparar *vt*
chúc mừng felicitar *vt* • ***xin chúc mừng!*** ¡felicitaciones!
chung general *adj* • ***nói chung*** en general
chúng nó ellos, -as *pron*
chung quanh alrededor *adv*, alrededor de *prep*
chúng tôi, chúng ta nosotros, -as *pron*
chuối banana *f*
chuột ratón *m*
chụp hình sacar/tomar una foto
chuyên về especializarse (en) *vr*
chuyên viên experto, -a *m/f*
chuyến bay vuelo *m* • ***chuyến bay đêm*** vuelo nocturno
chuyến du lịch viaje *m* • ***đi du lịch*** hacer un viaje
chữ cái letra *f*
chưa todavía no
chứa đựng contener (ie) *vt*
chữa lành curar *vt*
chức vụ puesto *m*
chừng nào mà mientras que *conj*
chườm aplicar *vt*
có 1 haber; hay *v. imp.* **2** tener *vt*
có chồng casada *adj*
có được obtener *vt,* conseguir *vt*
có lẽ quizás *adv,* tal vez *adv*
có lý tener razón
có ma (*nhà*) embrujado, -a *adj*

có mây nublado, -a *adj*
có mưa lluvioso, -a *adj*
có nữ tính femenino, -a *adj*
có thể 1 poder (ue) *vt* **2** posible *adj,* probable *adj*
có vẻ parecer *vi*
có vợ, casado *adj*
con dâu hija *f* política
con đỡ đầu ahijado, -a *m/f*
con gái 1 chica *f*, muchacha *f* **2** hija
con ghẻ hijastro, -a *m/f*
con người (*thuộc về*) humano, -a *adj*
con nuôi hijo, -a *m/f* adoptivo, -a
con rể hijo *m* político
con ruột hijo, -a *m/f*
con trai 1 chico *m,* muchacho *m* **2** hijo
Costa Rica (*thuộc*) costarricense *adj*
cô 1 señorita *f* **2** tía *f* paterna
cô ấy 1 ella *pron* **2** la *pron*
cô giáo maestra *f*
cố gắng intentar *vt* • ***cố gắng làm hết sức mình*** intentar hacer todo lo posible
cố ý a propósito
công bằng justo, -a *adj* • ***thật là bất công!*** ¡no es justo!
công cộng público, -a *adj*
công trình proyecto *m*
công ty compañía *f*, empresa *f* • ***công ty bảo hiểm*** compañía de seguros
công việc trabajo *m* • ***xin việc làm*** solicitar un trabajo • ***đơn xin việc làm*** solicitud *f* de trabajo
công viên parque *m*
cộng với más *prep*
cơ hội oportunidad *f*
cờ (*môn chơi*) ajedrez *m*
cỡ talla *f* • ***ông/bà mặc đồ cỡ nào?*** ¿qué talla usa?
cởi ra quitarse *vr*
cơm arroz *m*
cơn sốt fiebre *f* • ***bị sốt*** tener fiebre
Cu-ba (*thuộc*) cubano, -a *adj*
cú điện thoại llamada *f* telefónica
cũ viejo, -a *adj*
của de *prep*
của ai de quién, -es
của anh, của anh ấy, của cô ấy, của các anh, của anh chị, của họ su *adj*
của bạn, của mày tu *adj*
của chúng tôi nuestro, -a *adj*
của tôi 1 mi *adj* **2** mío, -a *pron*
cùng mismo, -a *adj* • ***cùng một lúc*** al mismo tiempo
cùng cha khác mẹ, cùng mẹ khác cha medio, -a *adj*
cùng với junto, -a adj
cũng không tampoco *adv*
cũng như tan *adv*
cũng vậy también *adv*
cuộc đi chơi và ăn ngoài trời excursión *f*
cuộc đi dạo paseo *m*
cuộc phỏng vấn entrevista *f*
cuộc sống vida *f*
cuối cùng 1 último, -a *adj,* final *adj* **2** finalmente *adv*
cử động mover *vt,* moverse *vr*
cửa lớn puerta *f*
cửa tiệm tienda *f*
cứng duro, -a *adj*
cương vị, • ***ở vào cương vị của ai*** estar en el pellejo de alguien

D

da (*thú vật*) **1** pellejo *m* **2** cuero *m*
dài largo, -a *adj*
danh sách lista *f* • ***danh sách các lớp học (trong một mùa)*** lista de estudios
dao cuchillo *m*
dấu chấm punto *m*

dấu sắc acento *m*
dây nịt cinturón *m*
dây thừng soga *f*
dậy levantarse *vr*
dép sandalias *f pl*
dễ fácil *adj*
dễ mến simpático, -a *adj*
dễ bắt lửa inflamable *adj*
dễ thương guapo, -a *adj*
di chuyển moverse *vr*
dì tía *f* materna
dĩ nhiên por supuesto
dĩa plato *m* • ***rửa chén dĩa*** lavar los platos
dịp ocasión *f*
dòng điện corriente *m* • ***ổ cắm điện*** toma *f* de corriente
dở malo, -a *adj*
du lịch viajar *vi*
du thuyền crucero *m*
dùng 1 usar *vt*, utilizar *vt* ***2*** (*bữa ăn*) tomar *vt*
dùng rồi, cũ usado-, a *adj*
dưới bajo *prep*
dương cầm piano *m*

Đ

đã qua pasado, -a *adj*
đại bàng águila *f* (el)
Đại Hàn (*thuộc*) **coreano, -a** *adj* • ***tiếng Đại hàn*** coreano *m*
đại học universidad *f*
đàn bà mujer *f*
đàn ông hombre *m*
đáng chán aburrido, -a *adj*
đáng ghét antipático, -a *adj*
đáng giá costar (ue) *vt & vi;* valer *vi* • ***giá bao nhiêu?*** ¿cuánto vale?
đáng ngờ dudoso, -a *adj*
đau nhức doler (ue) *vi*
đặc biệt especial *adj*
đặc tính carácter *m*
đằng sau detrás *adv*, detrás de *prep*
đằng trước delante *adv*, delante de *prep* trước
đắt tiền caro, -a *adj*
đặt poner *vt*
đậm (*màu*) oscuro, -a *adj*
đầu cabeza *f*
đầu gối rodilla *f*
đậu (*rau cải*) frijoles *m pl*
đen 1 (*màu*) negro, -a *adj* **2** (*tóc, da*) moreno, -a *adj*
đèn lámpara *f;* luz *f* • ***bật đèn*** encender las luces
đẹp bonito, -a *adj*
đề cử recomendar *vt*
đề nghị sugerir *vt*
để 1 para *conj* **2** poner *vt*
đêm noche *f*
đến 1 a *prep* **2** venir (ie) *vi,* llegar *vi*
đi ir *vi*
đi bộ caminar *vi*
đi dạo pasear *vi*
đi ngủ acostarse (ue) *vr*
đi qua pasar *vt* • ***ghé qua*** pasar por
đi ra salir *vi*
địa lý geografía *f*
điểm nota *f*
điền (*đơn*) rellenar *vt*
điện ảnh cine *m*
điện thoại teléfono *m* • ***điện thoại cầm tay*** teléfono móvil *m* • ***số điện thoại*** número de teléfono • ***điện thoại truyền hình*** videoteléfono *m*
điều cosa *f*
điều đó eso *pron*
điều gì algo *pron*
đo medir (i, i) *vt & vi*
đó ese, -a *adj*

đỏ rojo, -a *adj*
đoạn cuối fin *m* • ***cuối tuần*** fin de semana • ***vào cuối năm*** a fines del año
đoạn kết final *m* • ***vào cuối năm*** al final del año
đọc leer *vt & vi*
đồ biển mariscos *m pl*
đồ vật artículo *m,* objeto *m*
đôi par *m*
đội (*toán*) equipo *m,*
đồng hồ reloj *m*
đơn giản simple *adj*
đủ bastante *adv*
đũa palillos *m pl*
đúng cierto**, -a** *adj* • ***đúng vậy*** claro que sí • ***đúng (giờ)*** en punto
đuổi việc despedir (i, i)
đứa bé gái niña *f*
đứa bé trai niño *m*
được! ¡vale! • ***được không?*** ¿vale?
đường (*thực phẩm*) azúcar *m*
đường phố calle *f*

E

em, con, cháu, mày 1 tú *pron* **2** te *pron* **3** ti *pron*
em bé bebé *m/f*
em gái hermanita *f,* hermana menor
em trai hermanito *m,* hermano menor

G

gà, thịt gà pollo *m*
gà mái gallina *f*
gặp encontrar (ue) *vt* • ***hẹn gặp lại*** hasta luego
gặp gỡ conocer *vt*
gần cerca *adv***,** cerca de *prep*
gần như casi *adv*
gây cấn emocionante *adj*
gây nên causar *vt*
gẫy romperse *vr*
ghế silla *f*
ghế bành sillón *m*
gia đình familia *f*
Gia-nã-đại (*thuộc*) canadiense *adj*
giá cả precio *m*
già viejo, -a *adj*
giải thích explicar *vt*
giải trí divertirse *vr*
giải vô địch campeonato *m*
giám đốc director, -a *m/f*, gerente *m/f*
giảm bớt aliviar *vt*
giảng dạy enseñar *vt*
giáo sư profesor, -a *m/f*
giàu rico, -a *adj*
giày zapato *m*
giấc mơ sueño *m* • ***một giấc mơ đẹp*** un dulce sueño
giấc ngủ sueño *m,* • ***buồn ngủ*** tener sueño
giây (*đồng hồ*) segundo *m*
giấy đăng bộ xe licencia *f* del vehículo
giấy phạt multa *f* • ***viết giấy phạt ai*** ponerle una multa a alguien
giấy phép licencia *f,* permiso *m*
gió viento *m*
giỏi 1 bueno, -a *adj* **2** bien *adv*
giỏi hơn mejor *adj & adv*
giọng nói acento *m*
giờ hora *f* • ***mấy giờ rồi?*** ¿qué hora es? • ***đúng giờ*** a tiempo
giúp đỡ ayudar *vt*
giữ gìn mantener *vt*
giữa trưa mediodía *m*
giường cama *f* • ***làm giường*** hacer la cama
gọi (điện thoại) llamar *vt & vi* • ***gọi cửa, gõ cửa*** llamar a la puerta
gởi enviar *vt*

gởi vào depositar *vt*

H

hai (*số*) dos *adj, m, pron*
hai mươi veinte *adj, m, pron*
hai trăm doscientos, -as *adj, m, pron*
hài lòng contento, -a
hãng hàng không aerolínea *f*
hạng clase *f* • ***hạng ba*** clase económica
hát cantar *vt & vi*
hay[1] **1** interesante *adj,* bueno, -a *adj* **2** bien *adv* • ***hay quá!*** ¡qué bien!
hay[2] **(là)** o (u) *conj*
hằng ngày diario, -a *adj*
heo cerdo *m*
hiển nhiên obvio, -a *adj*
hiện tại presente *m*
hiểu entender (ie) *vt*
hình ảnh imagen *f* • ***hình ảnh nổi*** imágenes en tres dimensiones
ho toser *vi*
họ[1] (*tên*) apellido *m*
họ[2] **1** ellos, -as *pron* **2** los, las *pron*
hoà (*trận đấu*) empatar *vi*
hoá học química *f*
hoàn cảnh situación *f*
hoàn hảo perfecto, -a *adj*
hoảng sợ aterrizado, -a *adj*
hoặc o (u) *conj,* • ***hoặc là... hoặc là...*** o... o...
học aprender *vt,* estudiar *vt & vi*
học sinh alumno, -a *m/f*
hòn đảo isla *f*
hồ bơi piscina *f*
hồi phục mejorarse *vr*
hội chợ feria *f*
hội họp reunirse *vt*
hôm kia anteayer *adv*
hôm nay hoy *adv*
hôm qua ayer *adv*
hôn phu novio *m*
hôn thê novia *f,*
hồng (*màu*) rosado, -a *adj*
hộp caja *f*
hơn más *adv*
hợp (*quần áo*) quedar *vi*
hợp đồng política *f*
hút thuốc lá fumar *vt & vi*
hương vị sabor *m*
hưởng disfrutar *vt*

I

ít poco, -a *adj*
ít hơn menos *adv*

K

kem helado *m*
kém menos *adv*
kéo dài durar *vi*
kế đến luego *adv*
kế tiếp próximo, -a *adj*
kệ sách estante *m*
khác **1** diferente **2** otro, -a *adj* • ***người khác*** el otro
khám examinar *vt*
khát nước tener sed
khắc (*15 phút*) cuarto *m*
khăn ăn servilleta *f*
khăn quàng pañuelo *m*
khăng khăng insistir *vi*
khi cuando *conj*
khỉ mono *m*
khiêu vũ bailar *vt & vi*
khiếu thẩm mỹ gusto *m*
khó duro, -a *adj*
khoa **1** departamento *m* **2** facultad *f*
khoá học curso *m*

khoai tây papa *f*
khoẻ bien *adv* • ***estoy muy bien*** tôi khoẻ lắm
không có, thiếu sin *prep*
không gian (*thuộc về*) espacial *adj*
không khoẻ mal *adv*
không kiên nhẫn impaciente *adj*
không no *adv* • ***sao lại không?*** cómo no • ***không đâu!*** ¡qué va! • ***không… mà cũng không…*** ni… ni… *conj* • ***không… nào cả*** ninguno, -a *adj & pron* • ***hầu như không*** poco *adv* • ***không ai cả*** nadie *pron* • ***không gì cả*** nada *pron* • ***không có chi*** de nada • ***không bao giờ*** nunca *adv,* jamás *adv*
khu dân cư barrio *m* residencial
khu giải trí parque *m* de diversiones
khuyên recomendar *vt*
kia aquel, -la *adj*
kích thước tamaño *m*
kiếm được conseguir (i, i) *vt*
kiềm chế contener (ie) *vt*
kiên nhẫn paciente *adj*
kiến trúc arquitectura *f*
kiểu cách estilo *m*
kim tự tháp pirámide *f*
kinh hoàng espantoso, -a *adj*
kỳ lạ exótico, -a *adj*
kỳ nghỉ vacaciones *f pl* • ***đi nghỉ (hè)*** tomar unas vacaciones
kỳ nhông iguana *f*
kỷ niệm recuerdo *m*
kỹ sư ingeniero, -a *m/f*
kỹ thuật (*thuộc*) técnico, -a *adj*

L

là ser *vi* • ***tôi là người Việt Nam*** soy de Vietnam
lá thư carta *f*
lái xe manejar *vt, vi,* conducir *vt*
làm bếp cocinar *vi*
làm hacer *vt*
làm quan tâm đến interesar *vi*
làm việc trabajar *vi*
lau chùi limpiar *vt* • ***lau chùi nhà cửa*** limpiar la casa
lắm bien *adv* • ***¡bien hecho!*** giỏi lắm!
lắng nghe escuchar *vt*
lần vez *f* • ***hai lần*** dos veces • ***có lần nào*** alguna vez • ***một lần nữa*** otra vez
lập lại repetir (i, i) *vt*
lấy tomar *vt*
lấy đi quitarse *vr*
lấy làm ngạc nhiên sorprenderse *vr*
len lana *f*
lịch sử historia *f,* histórico, -a *adj*
liên quan đến acerca de *prep*
loại, thứ tipo *m*
lỗ tai oído *m*
lôi cuốn apasionante *adj*
lỡ sin querer
lớn grande *adj*
lớn tuổi hơn mayor *adj*
lớp học clase *f*
lụa seda *f*
luật học derecho *m*
luật sư abogado, -a *m/f*
lúc momento *m*
luôn luôn siempre *adv*
lười biếng perezoso, -a *adj*
lưỡi lengua *f*
lương bổng salario *m*
ly 1 vaso *m* **2** (*rượu*) copa *f*
ly kỳ emocionante *adj*
lý do razón *f*

M

màn ảnh pantalla *f*

mang (giày) calzar *vt* • ***ông mang giày số mấy?*** ¿qué número calza?
mang theo, mang đến traer *vt*
mạnh fuerte *adj* • ***mạnh giỏi không?*** ¿qué tal?
màu bạc plateado, -a *adj*
màu sắc color *m* • ***(cái này) màu gì?*** ¿de qué color es…?
máy bay avión *m*
máy điện toán computadora *f* • ***máy điện toán xách tay*** computadora portátil *f*
máy giặt lavadora *f*
máy hút bụi aspiradora *f* • ***hút bụi*** pasar la aspiradora
máy in impresora *f*
máy photocopy fotocopiadora *f*
máy rửa chén lavaplatos *m*
máy sấy secadora *f*
mặc llevar *vt*
mặc quần áo vestirse (i, i) *vr*
mặc thử probarse (ue) *vr*
mặc vào ponerse *vr*
mặn salado, -a *adj*
mặt cara *f*
mặt trăng luna *f*
mặt trời sol *m*
mập gordito, -a *adj*
mất perder (ie) *vt, vi*
mẩu nhắn tin nota *f*
mẩu tin mensaje *m*
mẫu đơn formulario *m*
mây nube *f*
mấy cuánto, -a *adj, adv*
mẹ madre *f*, mamá *f*
mẹ chồng, mẹ vợ madre *f* política
mẹ đỡ đầu madrina *f*
mẹ kế madrastra *f*
mẹ nuôi madre *f* adoptiva
mèo gato *m*
Mễ mexicano, -a *adj*
mến yêu querido, -a *adj*
miệng boca *f*
mọi người todos *pron*, todo el mundo
mọi thứ todo *pron*
mong muốn desear *vt*
mỗi cada *adj*
môn đấu bò tauromaquia *f*
một[1] (*số*) uno *adj, m, pron*
một[2] un, -a *art*
một cách bình yên tranquilamente *adv*
một cách chậm chạp lentamente *adv*
một cách dễ dàng fácilmente *adv*
một cách nhanh nhẹn rápidamente *adv*, rápido, -a *adj*
một cách tồi tệ mal *adv*
một chút un poco
một ngàn mil *adj & pron*
một ngàn tỷ billón *m*
một trăm cien, -to *adj, m, pron*
một triệu millón *m*
một tỷ mil millones
mơ, nằm mơ soñar (ue) *vt*
mới nuevo, -a *adj*
mời invitar *vt*
mũ gorra *f*
múa bailar *vt & vi*
mùa estación *f*
mùa đông invierno *m*
mùa hè verano *m*
mùa học (*thường bốn tháng*) semestre *m*
mùa thu otoño *m*
mùa xuân primavera *f*
mục đích propósito *m*
mũi nariz *f*
muối sal *f*
muốn **1** querer (ie) *vt* **2** apetecer *vi*
muỗng cuchara *f*
mưa llover (ue) *vi, imp*
mưa phùn lloviznar *vi, imp*
mười diez *adj, m, pron*

mười ba trece *adj, m, pron*
mười bảy diecisiete *adj, m, pron*
mười bốn catorce *adj, m, pron*
mười chín diecinueve *adj, m, pron*
mười hai doce *adj, m, pron*
mười lăm quince *adj, m, pron*
mười một once *adj, m, pron*
mười sáu dieciséis *adj, m, pron*
mười tám dieciocho *adj, m, pron*
Mỹ (*thuộc*) estadounidense *adj*
mỹ phẩm (*thuộc*) cosmético, -a *adj*

N

nào cuál, -es *adj*
nào đó alguno, -a *adj & pron*
này este, -a *adj*
năm[1] (*số*) cinco *adj, m, pron*
năm[2] año *m*
năm mươi cincuenta *adj, m, pron*
năm trăm quinientos, -as *adj, m, pron*
năng lượng energía *f* • ***năng lượng mặt trời*** energía solar
nặng grave *adj*
nâu marrón *adj*
nên deber *vt*
nền nhà piso *m* • ***quét nhà*** barrer el piso
nếu, giá mà si *conj*
Nga (*thuộc*) ruso, -a *adj* • ***tiếng Nga*** ruso *m*
ngành departamento *m*
ngành chuyên môn especialización *f*
ngành kế toán contabilidad *f*
ngành kỹ sư ingeniería *f*
ngành tài chánh finanzas *f pl*
ngành tin học informática *f*
ngành vẽ kiểu diseño *m*
ngay pronto *adv* • ***ngay khi*** tan pronto como
ngay bên cạnh junto a *prep*
ngay lập tức inmediatamente *adv,* en seguida
ngày día *m*
ngày mai mañana *adv* • ***sáng mai*** mañana por la mañana
ngày mốt pasado mañana *adv*
ngăn compartimiento *m*
ngắn corto, -a *adj*
ngân hàng banco *m*
ngân phiếu cheque *m* • ***ngân phiếu du lịch*** cheque de viaje
nghề nghiệp oficio *m*
nghệ sĩ artista *m/f*
nghệ thuật arte *f* (el)
nghỉ (*việc*) dejar *vt*
nghỉ ngơi relajarse *vr*
nghiêm trọng grave *adj*
nghiên cứu estudiar *vt & vi*
ngoại ngữ lengua *f* extranjera
ngoại quốc extranjero, -a *adj*
ngoại trừ excepto *prep*
ngoạn mục impresionante *adj*
ngon delicioso, -a *adj,* rico, -a *adj* • ***chà, ngon quá!*** ¡ay, riquísimo!
ngón tay dedo *m*
ngọt ngào dulce *adj*
ngồi xuống sentarse (ie) *vr* • ***mời ông bà ngồi*** ¡siéntense!
ngôn ngữ lengua *f*
ngủ dormir (ue, u) *vi*
ngực pecho *m*
người persona *f*
người bà con pariente *m/f*
người bán hàng vendedor, -a *m/f*
người hầu bàn camarero, -a *m/f*
người hướng dẫn guía *m* • ***người hướng dẫn du lịch*** guía turístico
người láng giềng vecino, -a *m/f*
người mà, điều mà que *pron*
người nào đó alguien *pron*
người nào mà quien *pron*
người này el uno

người ta gente *f*
người yêu novio, -a *m/f*,
nhà casa *f*
nhà bếp cocina *f*
nhà hàng restaurante *m*
nhà máy fábrica *f*
nhà tỷ phú multimillonario *m*
nhà xe garaje *m*
nhàm chán aburrido, -a *adj*
nhanh rápido, -a *adj*
nhạt (*màu*) claro, -a *adj*
nhân tiện a propósito
nhân viên empleado, -a *m/f*
nhân viên cảnh sát oficial *m/f*
nhân viên cứu hoả bombero *m*
nhân viên đại diện agente *m/f*
nhân với por *prep*
nhận recibir *vt*
Nhật (*thuộc*) japonés, -a *adj* • ***tiếng Nhật*** japonés *m*
nhật báo periódico *m*
nhi khoa pediatría *f*
nhiều mucho, -a *adj, adv* • ***nhiều hơn*** más *adv* • ***nhiều như thế*** tanto, -a *adj*
nhìn mirar *vt*
nhỏ pequeño, -a *adj* • ***nhỏ tuổi hơn*** menor *adj*
như como *prep & conj* • ***như thế*** tal *adj* • ***như thế nào*** cómo *adv*
nhưng pero *conj*
Ni-ca-ra-gua (*thuộc*) nicaragüense *adj*
nĩa tenedor *m*
nói decir (i) *vt* • ***người ta nói rằng*** se dice que
nói (chuyện) hablar *vt & vi* • ***Víctor ở đầu dây đây*** habla Víctor
nói chung pues *adv*, en general
nói dối mentir (ie, i) *vi*
nón sombrero *m*
nợ bất động sản hipoteca *f; (thuộc về)* hipotecario, -a *adj*
nơi chốn sitio *m*
nổi tiếng famoso, -a *adj*
núi montaña *f*
nuôi (*cha, mẹ, con*) adoptivo, -a *adj*
nửa medio, -a *adj*
nửa đêm medianoche *f*
nước chanh limonada *f*
nước lã agua *f* (el)
nước ngọt refresco *m*
nước trái cây jugo *m*

Ô

ốm delgado, -a *adj*
ông señor *m*
ông, bà, anh, chị usted *pron*
ông chủ jefe *m*
ông ngoại abuelo *m* materno
ông nội abuelo *m* paterno

Ơ

ở 1 en *prep* **2** estar *vi*
ở đằng kia allá *adv*
ở đâu dónde *adv*
ở đây aquí *adv*
ở đó allí *adv*
ở giữa entre *prep*
ở lại quedarse *vr*
ở ngoài fuera *adv* • ***bên ngoài*** fuera de *prep*
ơn favor *m* • ***làm ơn*** por favor

P

Pa-na-ma (*thuộc*) panameño, -a *adj*
phải (*làm gì*) tener que
phải không?¿verdad?

Pháp (*thuộc*) francés, -a *adj* • ***tiếng Pháp*** francés *m*
phẩm chất calidad *f*
phân ban departamento *m*
phân khoa (*trong trường đại học*) facultad *f*
phần parte *f* • ***về phần tôi*** de mi parte
phép lạ milagro *m*
phi trường aeropuerto *m*
phía trên **1** encima *adv*, encima de *prep* **2** sobre *prep*
phim película *f*
phòng cuarto *m*
phòng ăn comedor *m*
phòng khách sala *f*
phòng ngủ cuarto *m,* dormitorio *m,* recámara *f*
phòng tắm baño *m*
phòng tập thể dục gimnasio *m*
phô-ma queso *m*
phổ thông popular *adj*
phục vụ servir (i, i) *vt*
phút minuto *m*

Q

quá khứ pasado *m*
quan trọng **1** importante *adj* **2** importar *vi*
quản đốc supervisor**, -a** *m/f*
quang đãng despejado, -a *adj*
quần áo ropa *f* • ***giặt quần áo*** lavar la ropa • ***ủi quần áo*** planchar la ropa • ***sấy quần áo*** secar la ropa
quần jeans vaqueros *m pl*
quần tây pantalones *m pl*
quen biết conocer *vt*
quên olvidar *vt* , olvidarse de
quốc gia, nước país *m* • ***bạn người nước nào?*** ¿de qué país eres?
quốc tịch nacionalidad *f*
quý báu precioso, -a *adj*

R

ra đi irse *vr,* partir *vi*
rác basura *f* • ***đổ rác*** sacar la basura •
rạp hát teatro *m*
rau cải verduras *f pl*
rau trộn ensalada *f*
rau xà-lách lechuga *f*
răng diente *m*
rằng que *conj*
rất muy *adv,* bien *adv* • ***rất tiếc*** lo siento
rẻ barato, -a *adj*
rõ ràng claro, -a *adj*
rổ canasta *f*
rồi ya *adv*
rộng (*quần áo*) suelto, -a *adj*
rời khỏi salir *vi*
rút ra (*tiền*) sacar *vt*
rửa lavarse *vr*
rừng bosque *m*
rưởi medio, -a *adj*
rượu vang vino *m*

S

sa thải despedir (i, i) *vt*
sáng sớm madrugada *f*
sau đó después *adv,* entonces *adv* • ***sau khi*** después de (que)
sáu mươi sesenta *adj, m, pron*
sáu seis *adj, m, pron*
sáu trăm seiscientos, -as *adj, m, pron*
sẵn sàng listo, -a *adj*
sắp xếp arreglar *vt*
sấm động tronar *vi, imp*
sân, sân sau patio *m*
sân vận động estadio *m*
siêng năng diligente *adj*
siêu thị supermercado *m*
sinh (*con*) dar a luz • ***được sinh ra*** nacer *vi*

sinh hoạt actividad *f*
sinh nhật cumpleaños *m inv.* • ***chúc mừng sinh nhật!*** ¡feliz cumpleaños!
sinh vật học biología *f*
sinh viên tốt nghiệp graduado, -a *m/f*
so với que *conj*
song ngữ bilingüe *adj*
số número *m*
số không cero *m*
sống vivir *vi*
sờ tocar *vt*
sở thú zoo *m*
sớm temprano, -a *adj, adv* • ***vào sáng sớm*** por la mañana temprano
suy nghĩ pensar *vt, vi* • ***bạn nghĩ sao về…?*** ¿qué piensas de…?
sử dụng utilizar *vt*
sự ăn uống gastronomía *f*
sự ẩm ướt humedad *f*
sự bán hạ giá rebaja *f*
sự bốc đồng repente *m*
sự bối rối pena *f*
sự bơi lội natación *f*
sự chào hỏi saludo *m*
sự cho phép permiso *m*
sự cho thuê alquiler *m* • ***văn phòng cho thuê*** oficina de alquiler
sự chuẩn bị preparación *f*
sự cộng lại suma *f*
sự dị ứng alergia *f* • ***dị ứng (với)*** tener alergia (a)
sự dừng lại (*máy bay*) escala *f*
sự đau nhức dolor *m* • ***nhức đầu*** tener dolor de cabeza • ***đau cổ họng*** tener dolor de garganta • ***nhức răng*** tener dolor de muelas
sự điều tra investigación *f*
sự đói bụng hambre *f* • ***đói bụng*** tener hambre
sự đồng ý acuerdo *m* • ***đồng ý với*** estar de acuerdo con
sự giải trí entrenamiento *m*
sự giảm giá descuento *m*
sự giáo dục educación *f* • ***giáo dục tổng quát*** educación general
sự giúp đỡ ayuda *f* • ***sự trợ giúp tài chánh*** ayuda financiera
sự gọi (*điện thoại*) llamada *f*
sự hăng say afán *m*
sự ho tos *f*
sự hoảng sợ espanto *m*
sự kẹt xe embotellamiento *m*
sự khát nước sed *f*
sự khiêu vũ baile *m*
sự khổ sở pena *f*
sự kiên nhẫn paciencia *f*
sự lạnh lẽo frío *m*
sự lưu thông tráfico *m*
sự mát mẻ fresco *m*
sự mua sắm compra *f*
sự nghỉ ngơi relajamiento *m*
sự nghiệp carrera *f*
sự nguy hiểm peligro *m* • ***có nguy cơ bị diệt chủng*** en peligro de extinción
sự nhân lên multiplicación *f*
sự nóng bức calor *m*
sự phân chia división *f*
sự sợ hãi miedo *m* • ***e sợ*** tener miedo
sự tái tài trợ refinanciamiento *m*
sự tạm biệt despedida *f*
sự tăng lên aumento *m* • ***sự tăng lương*** aumento de salario
sự tân trang renovación *f*
sự thành công éxito *m* • ***đạt thành công*** tener éxito
sự thăm viếng visita *f*
sự thâm thủng (*tiền trong trương mục*) descubierto *m*

sự thật verdad *f*, veras *f pl* • ***thật à?***¿verdad?¿de veras? • ***đúng vậy*** es verdad
sự thở respiración *f* • ***nín thở*** contener la respiración
sự thường xuyên frecuencia *f* • ***thường xuyên*** con frecuencia, frecuentemente *adv*
sự tiếc rẻ lástima *f* • ***thật uổng!*** ¡qué lástima!
sự tiếp tục lại (*một hợp đồng*) renovación *f*
sự tốt nghiệp graduación *f*
sự trừ ra resta *f*
sự ưa thích gusto *m*
sự ước muốn gana *f* • ***cảm thấy muốn (làm gì)*** tener ganas de
sự vật cosa *f*
sự xấu hổ vergüenza *f* • ***xấu hổ*** tener vergüenza
sửa chữa reparar *vt*
sữa leche *f*
sức khoẻ salud *f*
sức mạnh fuerza *f*
sương mù niebla *f*

T

tách (*để uống*) taza *f*
tai nạn accidente *m*
tai oreja *f*
tài xế chófer *m/f*
tại (*nơi chốn*) en *prep*
tại sao¿por qué?
táo (*trái*) manzana *f*
tạo ấn tượng mạnh mẽ impresionar *vi*
tám ocho *adj, m, pron*
tám mươi ochenta *adj, m, pron*
tám trăm ochocientos, -as *adj, m, pron*
tắm bañarse *vr*
tắm vòi hoa sen ducharse *vr*
tắt đi apagar *vt*
tấm ảnh foto *f* • ***chụp ảnh*** tomar una foto
tầng nhà piso *m*
tất cả todo, -a *adj*
tất nhiên natural *adj*
tây-ban-cầm guitarra *f*
Tây-ban-nha (*thuộc*) español, -a *adj* • ***tiếng Tây-ban-nha*** español *m*
tên nombre *m* • ***tên của ông viết thế nào?***¿cómo se escribe su nombre? • ***tên lót*** segundo nombre • ***tên là, gọi là*** llamarse *vr* • ***bạn tên gì***?¿cómo te llamas?
tham dự asistir *vi* (en)
tháng mes *m*
tháng ba marzo *m*
tháng bảy julio *m*
tháng chín septiembre *m*
tháng hai febrero *m*
tháng một enero *m*
tháng mười hai diciembre *m*
tháng mười một noviembre *m*
tháng mười octubre *m*
tháng năm mayo *m*
tháng sáu junio *m*
tháng tám agosto *m*
tháng tư abril *m*
thanh lịch elegante *adj*
thành phố 1 ciudad *f* **2** (*thuộc*) municipal *adj*
thảo luận discutir *vt*
thắng cuộc ganar *vt, vi*
thấp bajo, -a *adj*
thật là tan *adv*
thất nghiệp estar sin trabajo
thấy ver *vt*
thầy giáo maestro *m*
thẻ tarjeta *f*
theo học asistir *vi* (en)
thế giới mundo *m*
thể dục ejercicio *m* • ***tập thể dục*** hacer ejercicio
thể thao deporte *m*

thích gustar *vi* • ***tôi muốn*** (*lịch sự*) me gustaría
thích hơn preferir *vt*
thích hợp apropiado, -a *adj*
thiên nhiên naturaleza *f*
thiệp tarjeta *f* • ***bưu thiếp*** tarjeta postal
thiết lập establecer *vt*
thiếu faltar *vi*
thình lình de repente
thịt carne *f*
thói xấu vicio *m*
thông minh inteligente *adj,* listo, -a *adj*
thời gian tiempo *m*
thời khoá biểu horario *m*
thời thơ ấu niñez *f*
thời tiết tiempo *m* • ***thời tiết như thế nào?*** ¿qué tiempo hace?/¿cómo está el tiempo?
thời trang moda *f* • ***hợp thời trang*** estar de moda
thú tiêu khiển pasatiempo *m*
thú vật animal *m*
thú vị interesante *adj*
thủ đô capital *f*
thua perder (ie) *vt, vi*
thuê alquilar *vt*
thùng rác basurero *m*
thuốc xi-rô jarabe *m*
thư (*lá*) carta *f*
thư điện tử correo electrónico *m*
thư ký secretario, -a *m/f*
thư viện biblioteca *f*
thứ ba 1 (*ngày)* martes *m* **2** (*số thứ tự*) tercero, -a
thứ bảy 1 (*ngày)* sábado *m* **2** (*số thứ tự*) séptimo, -a
thứ chín (*số thứ tự*) noveno, -a
thứ hai 1 (*ngày)* lunes *m* **2** (*số thứ tự*) segundo, a
thứ mười (*số thứ tự*) décimo, -a
thứ năm 1 (*ngày)* jueves *m* **2** (*số thứ tự*) quinto, -a
thứ nhì (*số thứ tự*) segundo, -a *adj*
thứ sáu 1 (*ngày)* viernes *m* **2** (*số thứ tự*) sexto, -a
thứ tám (*số thứ tự*) octavo, -a
thứ tư 1 (*ngày)*miércoles *m* **2** (*số thứ tự*) cuarto, -a
thức giấc despertarse (ie) *vr*
thương xá centro comercial *m*
thường xuyên a menudo
thưởng thức disfrutar *vt*
tia chớp relámpagos *m pl*
tiệm bách hoá almacenes *m pl*
tiệm sách librería *f*
tiền bạc dinero *m*
tiền cho vay préstamo *m*
tiền thuê alquiler *m*
tiện lợi conveniente *adj*
tiếng Á-rập árabe *m*
tiếng động ruido *m*
tiếng Đức alemán *m*
tiếng la grito *m*
tiêu (*gia vị*) pimiento *m*
tiểu học escuela primaria *f*
tiểu thuyết novela *f*
tim corazón *m*
tím morado, -a *adj* • ***vết bầm tím*** moratón *m*
tìm kiếm buscar *vt*
tìm thấy encontrar (ue) *vt*
tin tức información *f*
tình bạn amistad *f*
tính cách carácter *m*
tình hình situación *f*
toà án juzgado *m*
toà thị chính ayuntamiento *m*
toán học matemáticas *f pl*
tóc pelo *m*
tốc độ velocidad *f*

tôi **1** yo *pron* • ***nếu tôi là anh*** yo que tú **2** me *pron* **3** mí *pron*
tối hôm qua anoche *adv*
tối tăm oscuro, -a *adj*
tôm camarón *m*
tổng giám đốc presidente *m/f*
tổng quát general *adj* • ***giáo dục tổng quát*** educación general
tốt hơn mejor *adj & adv*
tốt nghiệp graduarse *vr*
trà té *m*
trả lời contestar *vt,* responder *vi*
trái cây fruta *f*
trạm estación *f* • ***trạm cứu hoả*** estación *f* de bomberos
trang điểm maquillarse *vr*
trang trọng formal *adj*
tranh tài competir (i, i) *vi*
trặc torcerse (ue) *vr*
trắng blanco, -a *adj*
trận (*thể thao*) partido *m*
trận tranh tài competición *f*
trẻ joven *adj*
trễ, muộn tarde *adv*
triết học filosofía *f*
trò chơi juego *m* • ***trò chơi điện tử*** videojuego *m*
trói atar *vt*
trong en *prep*
trong khi mientras *conj* • ***trong lúc đó*** mientras tanto
trong suốt (*thời gian*) durante *prep*
trở lại volver (ue) *vi* • ***làm lại điều gì*** volver a
trông như parecer *vi* • ***bạn không thấy như vậy sao***? ¿no te parece?
Trung Hoa (*thuộc*) chino, -a *adj*
trung học escuela secundaria *f*
trung tâm thành phố centro *m*
trừ đi menos *prep*
trứng huevo *m*
trước (*lúc*) para *prep* • ***trước đó*** antes *adv* • ***trước khi*** antes de
trước mặt enfrente *adv*, enfrente de *prep*
trương mục cuenta *f* • ***trương mục ngân phiếu*** cuenta corriente • ***trương mục tiết kiệm*** cuenta de ahorros • ***trương mục tín dụng*** cuenta de crédito
trường hợp circunstancia *f* • ***trong trường hợp đó*** bajo esa circunstancia
trượt tuyết esquiar *vi*
tủ ngăn kéo cómoda *f*
tuần lễ semana *f*
túc cầu fútbol *m*
túi (*áo, quần*) bolsillo *m*
túi xách bolsa *f*
tuổi • ***bạn bao nhiêu tuổi?*** ¿cuántos años tienes?
tuy nhiên sin embargo
tuỳ theo según *prep*
tuỳ vào depender (de) *vi*
tuyệt diệu fantástico, -a *adj*
tuyết rơi nevar (ie) *vi, imp*
từ de *prep*, desde *prep*
từ ngữ palabra *f*
tự mình se *pron*
tựa vào contra *prep*
tức giận furioso,-a *adj*
tương lai futuro *m*
tượng đài monumento *m*
ty cảnh sát comisaría *f*

U

uống beber *vt & vi*

Ư

ưa thích favorito, -a *adj*

ứng viên candidato, -a *m/f*
ước gì ojalá *interj*

V

và, còn y (e) *conj* • ***còn bạn thì sao?*** ¿y tú?
vai (*thân thể*) espalda *f*
vài alguno, -a *adj & pron*
vải paño *m*
vải bông algodón *m*
vàng **1** (*màu*) amarillo, -a *adj* **2** (*tóc*) rubio, -a *adj*
vàng nhũ dorado, -a *adj*
váy falda *f*
vào **1** (*buổi*) por *prep* **2** (*giờ*) a *prep* **3** (*tháng, năm*) en *prep* **4** entrar *vi*
văn phòng oficina *f*
vặn lên encender *vt*
vắng faltar *vi*
vấn đề problema *m*
vẫn todavía *adv*
vận may suerte *f* • ***tener suerte*** gặp may mắn • ***chúc may mắn!*** ¡buena suerte!
vâng (dạ, ừ) sí *adv*
vật lý física *f*
vậy pues *adv* • ***vậy à?*** ¿ah sí? • ***vậy thì*** entonces *adv,* pues *adv* • ***vì vậy*** por lo tanto • ***cũng vầy vậy thôi*** más o menos
vé pasaje *m* • ***vé lượt đi*** pasaje de ida • ***vé khứ hồi*** pasaje de ida y vuelta
Venezuela (*thuộc*) venezolano, -a *adj*
vẹt đuôi dài guacamayo *m*
về acerca de *prep*
về phía **1** hacia *prep* **2** para *prep*
vì porque *conj,* por *prep*
viện bảo tàng museo *m*
viết escribir *vt & vi*
viết toa thuốc prescribir *vt*
Việt Nam (*thuộc*) **vietnamita** *adj* • ***tiếng Việt*** vietnamita *m*
vịt pato *m*
vớ medias *f pl*
vở kịch obra *f*
vợ esposa *f*
với con *prep* • ***với tôi*** conmigo • ***với anh*** contigo
vụ trộm, vụ cướp robo *m*
vui contento, -a *adj*
vui chơi divertirse *vr*
vui mừng alegrarse *vr*
vui nhộn divertido, -a *adj*
vùng región *f*
vừa (*áo quần*) quedar *vi*
vừa mới (*làm gì*) acabar de *vi*
vừa vặn ajustado, -a *adj*
vườn jardín *m*
vượt quá exceder *vt*

X

xa lejos *adv***,** lejos de *prep*
xa lộ autopista *f*
xã hội học ciencias sociales *f pl*
xác định confirmar *vt*
xám gris *adj*
xanh dương azul
xanh lá cây verde *adj*
xảy ra ocurrir *vi,* pasar *vi* • ***chuyện gì xảy ra vậy***? ¿qué pasa?
xấu hơn, dở hơn peor *adj & adv*
xấu xí feo, -a *adj*
xây dựng construir *vt*
xe buýt autobús *m*
xe đạp bicicleta *f*
xe hơi carro *m*
xe lửa tren *m*
xem mirar *vt*
xì-gà cigarro *m*
xin, hỏi xin pedir (i, i) *vt*
xin lỗi perdón *m, interj*

xinh đẹp lindo, -a *adj*
xóm barrio *m*
xúp, canh sopa *f*

Y

y học medicina *f*
y tá enfermero, -a *m/f*
Ý (*thuộc*) italiano, a *adj* • ***tiếng Ý*** italiano *m*
ý kiến opinión *f* • ***theo ý tôi*** en mi opinión
yên tĩnh tranquilo, -a *adj*
yêu thích (*làm cho*) encantar *vi*
yêu thương amar *vt*